GUMBO ELDHÚSIÐ

100 KLASSÍSKAR OG NÚTÍMALEGAR UPPSKRIFTIR
TIL AÐ HRESSA UPP Á BORÐIÐ ÞITT

Gunnar Strom

Allur réttur áskilinn.

Fyrirvari

Upplýsingunum sem er að finna í þessari rafbók er ætlað að þjóna sem alhliða safn aðferða sem höfundur þessarar rafbókar hefur rannsakað. Samantektir, aðferðir, ábendingar og brellur eru einungis mælt með af höfundi og lestur þessarar rafbókar mun ekki tryggja að niðurstöður manns muni nákvæmlega endurspegla niðurstöður höfundar. Höfundur rafbókarinnar hefur lagt allt kapp á að veita lesendum rafbókarinnar núverandi og nákvæmar upplýsingar. Höfundur og félagar hans munu ekki bera ábyrgð á óviljandi villu eða vanrækslu sem kunna að finnast. Efnið í rafbókinni getur innihaldið upplýsingar frá þriðja aðila. Efni frá þriðja aðila samanstanda af skoðunum frá eigendum þeirra. Sem slíkur tekur höfundur rafbókarinnar ekki ábyrgð eða ábyrgð á efni eða skoðunum þriðja aðila.

Rafbókin er höfundarrétt © 2025 með öllum rétti áskilinn. Það er ólöglegt að endurdreifa, afrita eða búa til afleitt verk úr þessari rafbók í heild eða að hluta. Enga hluta þessarar skýrslu má afrita eða endursenda á nokkurn hátt afritað eða endursenda á nokkurn hátt án skriflegs og undirritaðs leyfis höfundar.

EFNISYFIRLIT

EFNISYFIRLIT..3

KYNNING...6

GRUNNUUPSKRIFTIR...8

    1. Roux..9
    2. Sjávarafurðir...11
    3. Alifuglastofn...13
    4. Hrísgrjón..15
    5. Kreóla krydd..17

GUMBO UPPSKRIFTIR..19

    6. Kjúklingur og rækjur Gumbo..20
    7. Okra Chicken Gumbo..23
    8. Hollenskur ofn hörpuskel gúmmó...26
    9. Hollenskur kjúklingakjúklingur í ofni..28
    10. Hollenskur ofn önd gumbo...30
    11. Gulf Coast Gumbo..33
    12. Kjúklingur, rækjur og Tasso Gumbo..37
    13. Kreóla Gumbo..41
    14. Creole Seafood Gumbo...44
    15. Kjúklingur og Andouille Gumbo..48
    16. Rækjur og Okra Gumbo..51
    17. Super Gumbo...55
    18. Cajun Hen Gumbo...60
    19. Quail Gumbo..63
    20. Gumbo z'Herbes..67
    21. Filé Gumbo...71
    22. Steinbítur Gumbo..74
    23. Hvítkál Gumbo...78
    24. Tyrkland Gumbo..81
    25. Roux-laus Gumbo..84
    26. Önd og Andouille Gumbo..88
    27. Steikt gæs og Foie Gras Jambalaya...92
    28. Svartur Jambalaya...95

29. Jambalaya kjúklingur, rækjur og pylsa ... 98
30. Krabbar og pylsa Jambalaya ... 101
31. Pastalaya ... 104
32. Slow Cooker Jambalaya ... 107

LAGNIAPPE ... 110

33. Crawfish Bisque ... 111
34. Crawfish Étouffée ... 115
35. Crawfish Pies ... 118
36. Óhrein hrísgrjón ... 121
37. Egg Sardou ... 124
38. Grits og Grillades ... 127
39. Natchitoches kjötbökur ... 130
40. Oyster Artichoke Gumbo ... 133
41. Ostrusdressing ... 136
42. Ostruspotta ... 139
43. Ostru Rockefeller Gumbo ... 143
44. Karfaréttur Bouillon ... 146
45. Rauðar baunir og hrísgrjón ... 149
46. Rækjur og grjón ... 152
47. Rækju Rémoulade ... 155
48. Piparhlaup ... 158
49. Fylltir Mirlitons ... 160
50. Skjaldbaka Gumbo ... 163
51. Hrísgrjón og baunir með steiktum eggjum ... 167
52. Huevos Rancheros morgunmatur pottur ... 171
53. Mangó og baunir morgunmatur Burrito skál ... 175
54. Slow Cooker Fylltar paprikur ... 178
55. Blandað Bean og Rice Dip ... 181
56. Pinto baunir og hrísgrjónakúlur ... 184
57. Djúpsteiktar baunir, hrísgrjón og pylsukúlur ... 187
58. Langkorna hrísgrjón og pinto baunir ... 190
59. Lime kjúklingur með eggjasteiktum langkorna hrísgrjónum ... 193
60. Langkornið Rice Hoppin' John ... 197
61. Pinto baunir og hrísgrjón innblásnar af Mexíkó ... 200
62. Pinto baunir og hrísgrjón með kóríander ... 203
63. Spænskar Pinto baunir og hrísgrjón ... 207
64. Einpotta hrísgrjón og baunir ... 211
65. Southern Pinto baunir og hrísgrjón ... 214

66. Pinto baunir og hrísgrjón og pylsa 217
67. Gallopinto (Níkaragva hrísgrjón og baunir) 220
68. Baunasósa & tómatar yfir hrísgrjónum 224
69. Cajun pinto baunir 228
70. Hrísgrjón og baunir með osti 231
71. Pinto baunir og saffran hrísgrjón 234
72. Taco krydd hrísgrjón með pinto baunum 237
73. Indversk grasker hrísgrjón og baunir 240
74. Mexíkóskar kúrekabaunir 243
75. Karíbahafshátíð 246
76. Jamaíkóskt jekkávöxtur og baunir með hrísgrjónum 250
77. Rice Pilaf með baunum, ávöxtum og hnetum 254
78. Baunir og hrísgrjón cha cha cha skál 257
79. Næpa hrærð með baunum 260
80. Hrísgrjón með lambakjöti, dilli og baunum 263
81. Ostandi Pinto baunir 267
82. Hrísgrjón og baunir með basil pestó 270
83. Flanksteik með baunum og hrísgrjónum 272
84. Afrísk hrísgrjón og baunir 275
85. Tumbleweed, pinto baunir og hrísgrjónasalat 278
86. Pinto baunir, hrísgrjón og grænmetissalat 281
87. Edamame og Pinto baunasalat 284
88. Hrísgrjóna- og baunasalat með hakkaðri crudité 287
89. Baun og hrísgrjón Gumbo 290
90. Chili con Carne 293
91. Vegan Rice Gumbo 295
92. Baunir og hrísgrjón burritos 298
93. Rice and Bean Roll-Ups 301
94. Bakaðar Pinto Bean Flautas með hrísgrjónamjöli Tortilla 304
95. Hrísgrjón og bauna enchiladas með rauðri sósu 308
96. Hrísgrjón og baunir Quesadillas 311
97. Perú Tacu Tacu kaka 314
98. Alkalískar plokkfiskbaunir með dumplings 318
99. Okra karrí 321
100. Grænmetis kókos karrý 323

NIÐURSTAÐA 325

KYNNING

Gumbo er kjarninn í Creole og Cajun matreiðslu, skyldurétturinn á hverjum matseðli veitingahúsa og hjarta heimilismatargerðar. Það sýnir bestu innfædda skelfiskinn sem og staðbundna pylsur, alifugla, villibráð og krydd. Það er upprunnið í Louisiana á átjándu öld og dregur nafn sitt annað hvort af bantúorðinu fyrir okra (gombo) eða Choctaw orðið fyrir filé (kombó). Bæði okra og filé, sem eru möluð sassafras lauf notuð af frumbyggjum, þjóna sem þykkingarefni fyrir gumbo, ásamt roux, botni af hveiti brúnað í olíu. Algengasta þykkingarefnið er roux, sem er svipað og sósu. Að hve miklu leyti það er brúnt ræður litnum á gúmmíinu. Matreiðslumenn á staðnum taka það oft í dökkbrúnan lit sem gefur fullunna vörunni djúpan og sterkan bragð. Hefðbundið, laukur, sellerí, og papriku (þekkt sem þrenning staðbundinnar matreiðslu) ásamt hvítlauk eru kraumaðir í roux, og soð er bætt við til að gera Gumbo. Innihaldsefni, allt frá skelfiski til alifugla til villibráðar, skapa gerð og bragð gúmmísins. Krydd eins og cayenne pipar, timjan og lárviðarlauf breyta bragði réttarins til að gleðja matreiðslumanninn og gúmmíið er borið fram í skálum yfir hrísgrjónum.

Áberandi stílar gumbo eru Creole (New Orleans) og Cajun (suðvestur Louisiana). Creole notar tómata og Cajun ekki. Því er annar brúnn og hinn rauðbrúnn. Creole gumbo hefur tilhneigingu til að hafa þynnri botn, en Cajun gúmmí er heitari, dekkri og stundum þykkari og er líklegri til að nota villibráð eins og villiönd. Í suðurhluta Louisiana eru gúmmíréttir bornir fram á öllum borðum, ríkum sem fátækum, og á flestum veitingastöðum, hágæða eða öðrum.

GRUNNUUPSKRIFTIR

1. Roux

GERIR UM 1 BOLLI

Hráefni

1/2 bolli jurtaolía

1/2 bolli alhliða hveiti

LEIÐBEININGAR

Hitið olíuna í stórum, þungum potti yfir háum hita; bætið hveitinu út í og hrærið stöðugt þar til blandan fer að brúnast. Lækkið hitann í miðlungs eða miðlungs lágan og eldið, hrærið stöðugt í, þar til rouxinn er meðalbrúnn eða liturinn á hnetusmjöri eða mjólkursúkkulaði.

Ef þú vilt frekar dekkri gumbo, haltu áfram að brúna þar til rouxinn verður dökkur súkkulaðilitur. Því dekkri sem roux er, því þynnri verður gumboið. Ekki brenna rouxinn, annars eyðileggur það bragðið af gumboinu. Ef það lyktar brennt hefur það eldað of lengi. Flestar gúmmíbollur eru bragðgóðar og örlítið þykkar þegar roux er liturinn á mjólkursúkkulaði.

2. Sjávarafurðir

GERIR 5 BOLLAR

Hráefni

1 1/2 pund skeljar úr rækju, krabba eða krabba

LEIÐBEININGAR

Setjið skeljar í meðalstóran pott og hyljið með köldu vatni. Látið suðuna koma upp. Lokið, lækkið hitann í miðlungs lágt og látið malla í 30 mínútur. Álag.

3. Alifuglastofn

GERIR 8 BOLLAR

Hráefni

3 pund kjúklinga-, kalkúna- eða andarbein

1 stór laukur, afhýddur og skorinn í fjórða

2 sellerístilkar, helmingaðir

2 gulrætur, skornar í fjórða

1/2 matskeið svört piparkorn

2 stór hvítlauksgeirar, helmingaðir

10 bollar kalt vatn

LEIÐBEININGAR

Setjið öll hráefnin í 6 lítra pott. Látið suðuna koma upp. Lækkið hitann í miðlungs-lágan, hyljið pottinn með lokinu skást og látið malla í 2 1/2 klukkustund. Þegar það er nógu kalt til að hægt sé að höndla það, síið. Kælið alveg og fletjið fituna að ofan. Ef þú gerir á undan skaltu kæla í kæli og fjarlægja fasta fituna.

4. Hrísgrjón

GERIR 6-8 SKÓMA

Hráefni

2 bollar vatn

2 bollar auðgað langkorna hrísgrjón

1/2 tsk salt

LEIÐBEININGAR

Látið suðuna koma upp í litlum potti með loki. Bætið hrísgrjónunum og salti saman við. Lækkið hitann, setjið lok á og látið malla á lægsta hita þar til vatnið hefur frásogast, um 20 mínútur. Ekki er nauðsynlegt að hræra.

5. Kreóla krydd

GERIR 2 1/2 AUNNA

Hráefni

2 matskeiðar salt

2 tsk cayenne pipar

4 tsk nýmalaður svartur pipar

4 tsk hvítlauksduft

4 tsk paprika, sæt eða heit, eða eftir smekk

4 tsk sellerísalt

2 tsk chili duft

LEIÐBEININGAR

Þeytið saman öll hráefnin í meðalstórri skál. Geymið í hreinsuðu 2 1/2 únsu kryddflösku. Kryddið mun halda styrk sínum í nokkra mánuði.

GUMBO UPPskriftir

6. Kjúklingur og rækjur Gumbo

ÞJÓNAR 4

HRÁEFNI

2 matskeiðar canola olía
¼ bolli alhliða hveiti
1 meðalstór laukur, skorinn í bita
1 græn paprika, fræhreinsuð og skorin í teninga
2 stilkar sellerí, skornir í teninga
3 hvítlauksrif, söxuð
1 msk hakkað ferskt timjan
¼ til ½ tsk cayenne pipar
½ bolli þurrt hvítvín
1 (14 únsu) dós tómatar í teningum án salts
2 bollar vatn
1 (10 aura) pakki frosinn sneið okra
4 aura reykt andouille pylsa, í teningum
1 pund meðalstór rækja, afhýdd og afveguð
1½ pund soðin kjúklingabringa, skorin í teninga

LEIÐBEININGAR

Hitið olíuna í stórum potti eða hollenskum ofni yfir meðalháum hita. Bætið hveitinu út í og eldið, þeytið stöðugt.

Bætið lauknum, paprikunni, selleríinu og hvítlauknum út í og eldið, hrærið af og til, þar til laukurinn er mjúkur, um það bil 5 mínútur.

Bætið timjan og cayenne út í og eldið í 1 mínútu í viðbót. Hrærið víninu saman við og látið suðuna koma upp, hrærið af og til.

Bætið tómötunum saman við safa, vatni og okra og látið malla, án loks, í um það bil 15 mínútur. Bætið pylsunni og rækjunum út í og látið malla í um það bil 5 mínútur í viðbót.

Hrærið eldaða kjúklingnum saman við og haltu áfram að malla, hrærið af og til, þar til kjúklingurinn er hitinn í gegn og rækjan er ógagnsæ.

7. Okra Chicken Gumbo

HRÁEFNI

- 1 pund meðalstór rækja afhýdd
- 1/2 pund roðlausar, beinlausar kjúklingabringur
- 1/2 bolli kókoshnetaolía
- 3/4 bolli möndluhveiti
- 2 bollar saxaður laukur
- 1 bolli saxað sellerí
- 1 bolli niðurskorin græn paprika
- 1 tsk malað kúmen
- 1 msk hakkaður ferskur hvítlaukur
- 1 tsk ferskt timjan saxað
- 1/2 tsk rauð paprika
- 6 bollar kjúklingasoð
- 2 bollar niðurskornir tómatar
- 3 bollar okra í sneiðum
- 1/2 bolli fersk steinselja saxuð
- 2 lárviðarlauf
- 1 tsk heit sósa

LEIÐBEININGAR

a) Steikið kjúklinginn við háan hita þar til hann er brúnn í stórum potti. Fjarlægðu og settu til hliðar. Saxið lauk, sellerí og grænan pipar og setjið til hliðar.

b) Setjið olíu og hveiti í pottinn. Hrærið vel og brúnið til að gera roux. Þegar roux er búið bætið niðurskornu grænmeti við. Steikið við vægan hita í 10 mínútur.

c) Bætið kjúklingasoðinu hægt út í og hrærið stöðugt í.

d) Bætið við kjúklingi og öllu öðru hráefni nema okrunni, rækjunum og steinseljunni sem geymist til enda.

e) Lokið og látið malla á lágum tíma í hálftíma. Takið lokið af og eldið í hálftíma í viðbót, hrærið af og til.

f) Bætið við rækjum, okra og steinselju. Haltu áfram að elda á lágum hita án loks í 15 mínútur.

8. Hollenskur ofn hörpuskel gúmmó

HEILDAR ELDUNARTÍMI: 36 MÍNÚTUR
DÓTTUR: 4
BÚNAÐUR: 12-tommu HOLLENSKA OFN

HRÁEFNI

2 pund af hörpuskel
3 matskeiðar af hveiti
2 laukar, saxaðir
2 paprikur, saxaðar
1/2 bolli sellerí, saxað
2 punda okra, sneið
4 matskeiðar matarolía
3 tómatar, sneiddir
Hakkaður hvítlaukur, 2 negull
Klípa salt, og pipar

LEIÐBEININGAR

Gerðu roux með hveiti og matarolíu.
Bætið papriku, lauk og hvítlauk út í ásamt vatni, salti og pipar.
Bætið selleríinu, okrinu og tómötunum út í og eldið í 30 mínútur með lokið á.
Bætið við hörpuskel og látið malla í 6 mínútur í viðbót.

9. Hollenskur kjúklingakjúklingur í ofni

HEILDAR ELDUR TÍMI: 15 MÍNÚTUR
DÓTTUR: 6
BÚNAÐUR: 12-tommu HOLLENSKA OFN

HRÁEFNI

2 matskeiðar af mataralíu
1 bolli sellerí, saxað
2 pund okra, sneið
Hakkaður hvítlaukur, 2 negull
3 tómatar, sneiddir
2 matskeiðar hveiti
2 pund af kjúklingabringum, í teningum
Salt og pipar
2 paprikur, saxaðar
2 laukar, saxaðir

LEIÐBEININGAR

Gerðu roux með hveiti og mataralíu. Eldið á meðan það er oft hrært þar til það er brúnt.
Bætið papriku, lauk og hvítlauk út í ásamt vatni, salti og pipar.
Bætið selleríinu, okrinu og tómötunum saman við.
Eftir að kjúklingnum hefur verið bætt við, eldið í 6 mínútur í viðbót.

10. Hollenskur ofn önd gumbo

HEILDAR ELDUR TÍMI: 2 Klukkutímar 20 MÍNÚTUR
DÓTTUR: 12
BÚNAÐUR: 12-tommu HOLLENSKA OFN

HRÁEFNI
ÖND:
2 lárviðarlauf
3 tsk salt
3 endur
2 rif af sellerí
1 lítra af vatni
1 laukur, skorinn í fjórða
1 tsk pipar
2 gulrætur
GUMBO:
1 bolli olía
¼ bolli saxuð steinselja
1 bolli hveiti
Hakkaður hvítlaukur, 2 negull
½ bolli sellerí, saxað
1 bolli paprika, skorin í teninga
2 bollar af soðnum hrísgrjónum
1 punkts ostrur og áfengi
1-pund okra, sneið
1 bolli laukur, sneiddur
4 matskeiðar beikonfita
1 pund hráar og afhýddar rækjur

LEIÐBEININGAR:

ÖND

Eldið önd, lauk, lárviðarlauf, sellerí, salt og pipar í um það bil 1 klukkustund.

FYRIR GUMBO:

Blandið saman hveiti og olíu með hollenskum ofni.

Bæta við hvítlauk, lauk, sellerí og grænum pipar; steikið okra í beikonfitu í 20 mínútur.

Hitið soðið í Gumbo potti áður en roux og grænmetisblöndunni er bætt út í.

Eldið í 1 klukkustund, þakið, með okrinu.

Bætið rækjunum, ostrunum og líkjörnum við.

11. Gulf Coast Gumbo

GERIR 8 SKÓMA

Hráefni

1 bolli jurtaolía

1 1/2 bollar alhliða hveiti

2 1/2 bollar saxaður laukur

1 1/2 bollar saxað sellerí

1 1/2 bollar niðurskorin græn paprika

3 matskeiðar saxaður hvítlaukur

1 tsk Emeril's Original Essence eða annað Creole krydd

1 1/2 tsk salt

1 tsk nýmalaður svartur pipar

1/2 tsk cayenne pipar

2 lárviðarlauf

1 tsk þurrkað timjan

1 tsk þurrkað oregano

1 pund reykt pylsa, skorin í 1/2 tommu þykka hringi

1 pund gumbo krabbar, helmingaðir (sjá athugasemd)

10 bollar rækjukraftur eða vatn

1 pund soðnir Louisiana krabbahalar, með hvaða fitu sem er

1 pund afhýdd og afveguð Gulf rækja

1/2 bolli saxaður grænn laukur, auk meira til að bera fram

1/4 bolli söxuð fersk steinseljulauf, auk meira til að bera fram

Gufusoðin hvít hrísgrjón, til framreiðslu

LEIÐBEININGAR

Hitið stóran hollenskan ofn eða þykkbotna Gumbo pott við háan hita í 1 mínútu. Bætið olíunni varlega út í og hrærið síðan hveitinu út í. Lækkið hitann í meðalháan og hrærið stöðugt í hveitinu, skafið hvern bita af pönnubotninum, þar til rouxið er jafnbrúnt og liturinn á dökku hnetusmjöri, um það bil 15 mínútur. Ef hveitið byrjar að litast of hratt skaltu minnka hitann í miðlungs. Mikilvægt er að fylgjast með rouxnum og elda vandlega til að brenna það ekki. Þegar tilætluðum lit er náð skaltu bæta við lauknum, selleríinu, paprikunni, hvítlauknum, Essence, salti, pipar, cayenne, lárviðarlaufum, timjani, oregano og pylsum. Haltu áfram að elda 5-7 mínútur lengur, eða þar til grænmetið hefur mýkst.

Bætið krabbanum og soðinu í hollenska ofninn og látið suðuna koma upp. Lækkið hitann niður í stöðugt suðu og eldið þar til bragðefnin hafa náð saman og sósan er flauelsmjúk og mjúk, um það bil 2 klukkustundir, bætið við aukasoði eða vatni ef gúmmíið verður of þykkt meðan á eldun stendur. Þykkt gumbo er spurning um persónulegan smekk. Sumum líkar mjög þykkt gúmmí, á meðan aðrir kjósa þunnt, seyðisnautt gúmmí. Bætið því magni af vökva sem hentar þínum óskum.

Þegar gúmmíið er bragðmikið og rétt þykkt, hrærið kræklunni og rækjunum saman við og eldið þar til rækjurnar eru eldaðar í gegn, 2-3 mínútur lengur. Hrærið græna lauknum og steinseljunni saman við. Smakkið til og stillið kryddið ef þarf.

Berið gúmmíið fram yfir skálar af gufusoðnum hrísgrjónum með viðbótar saxaðri steinselju og grænum lauk að vild.

12. Kjúklingur, rækjur og Tasso Gumbo

GERIR 6–8 SKÓMA

Hráefni

4 beinlaus kjúklingalæri, skorin í 2 tommu bita með skinninu á

2 tsk kosher salt

1/2 tsk paprika

1/2 tsk nýmalaður svartur pipar

1 1/2 bollar jurtaolía

2 1/4 bollar alhliða hveiti, skipt

1 pund tasso í teningum

1 meðalstór laukur, smátt skorinn

2 poblano paprikur, smátt skornar

1 lítill jalapeño, smátt skorinn í teninga

3 sellerístilkar, skornir í teninga

4 hvítlauksrif, söxuð

2–3 tsk kosher salt (bætið 2 við, smakkið til og bætið hinu við ef þarf)

1 1/2 tsk nýmalaður svartur pipar

1 tsk cayenne pipar

1 tsk paprika

1 tsk þurrkað timjan

1 tsk filé duft

6 lárviðarlauf

1 lítra kjúklingakraftur (eða hálft rækjukraftur og hálft kjúklingakraftur)

1 pund afhýddar Louisiana rækjur

Kryddið kjúklinginn með salti, papriku og pipar.

LEIÐBEININGAR

Hitið olíuna í 2 lítra þungbotna potti að meðalháum hita; olían ætti að síast varlega þegar hún er tilbúin.

Hjúpið kjúklinginn með 1/2 bolla af hveiti og steikið á báðum hliðum í olíunni þar til hann er ljós gullinbrúnn, takið síðan á pappírshandklæði. Það þarf ekki að vera eldað í gegn á þessum tímapunkti. Bætið umfram hveiti frá kryddi kjúklingsins við hveitið sem eftir er og bætið því við olíuna. Hrærið við meðalhita í um 40 mínútur, eða þar til rouxið verður djúpt rauðbrúnt, en ekki of dökkt.

Eftir að roux hefur náð réttum lit, bætið við tasso, grænmetinu og öllu kryddinu (geymið aðeins af salti, því sumir tasso er kryddari en aðrir) og eldið í um það bil 4 mínútur.

Hrærið soðið út í og látið suðuna koma upp, passið að hræra í botninum á pottinum þar sem gumbóið er að malla svo það festist ekki. Látið malla í um það bil 30 mínútur á meðan allri fitunni sem kemur upp á yfirborðið er undanrennt.

Bætið soðnum kjúklingi og rækjum við á þessum tímapunkti og látið malla í 45 mínútur í viðbót, samt sleppið fitu sem flýtur upp á toppinn.

Berið fram strax eða daginn eftir með gufusoðnum hrísgrjónum og rjómalöguðu kartöflusalati. Kokkurinn Link segir: „Mér finnst gott að dýfa kartöflusalatinu mínu í gúmmíið.

13. Kreóla Gumbo

GERIR 8-10 SKÓMA

Hráefni

1/2 pund chaurice, skorið í hæfilega stóra bita

1/2 pund reykt pylsa, skorin í hæfilega stóra bita

1/2 pund nautakjöt

1/2 pund kjúklingakjöts, saxað

1 pund gumbo krabbar

1/2 bolli jurtaolía

1/2 bolli alhliða hveiti

2 stórir laukar, saxaðir

3 lítrar af vatni, eða meira eftir því sem þú vilt

8 kjúklingavængir, skornir í samskeyti og oddunum fleygt

1/2 pund reykt skinka, skorið í 1/2 tommu bita

1 matskeið paprika

1 tsk þurrkað timjan

1 tsk salt

3 hvítlauksrif, söxuð

1 pund meðalstór rækja, afhýdd og afveguð

Tveir tugir hrærðra ostrur með áfenginu sínu

1/4 bolli söxuð fersk flatblaða steinselja

1 msk filé duft

Soðin langkorna hvít hrísgrjón, til framreiðslu

LEIÐBEININGAR

Setjið pylsurnar, nautakjötið, krabbana og krabbana í stóran, þungan pott. Lokið og eldið við meðalhita í 30 mínútur, hrærið af og til. Þú þarft ekki aukafitu, þar sem kjötið mun gefa sig nóg fyrir matreiðslu.

Á meðan kjötið er að eldast, búið til roux: hitið olíuna á pönnu, bætið hveitinu út í og hrærið stöðugt við meðalhita þar til rouxið er slétt og dökkbrúnt á litinn. Bætið lauknum út í og eldið við vægan hita þar til hann er mjúkur. Tæmdu innihald pönnu í pottinn með kjötinu og blandaðu vel saman. Hrærið vatninu hægt út í og látið suðuna koma upp. Bætið kjúklingavængjum, skinku, papriku, timjani, salti og hvítlauk út í, hrærið varlega og lækkið hitann; lokið og látið malla í 45 mínútur. Ef þú vilt frekar þynnri gumbo skaltu bæta við meira vatni núna.

Bætið rækjunni og ostrunum út í og eldið í nokkrar mínútur í viðbót - passaðu að rækjan verði bara bleik og ostrurnar krullast - meira en það, og þær verða harðar. Takið pottinn af hellunni, hrærið steinselju og filédufti saman við og njótið í skálum yfir heitum hrísgrjónum.

14. Creole Seafood Gumbo

GERIR 6–8 SKÓMA

Hráefni

6 meðalbláir krabbar eða frosnir gúmmókrabbar, þiðnaðir

2 1/2 punda rækjur í skeljum með hausum

2 tugir miðlungs til stórra hrærðra ostrur með áfengi sínu

1 bolli auk 1 matskeið canola eða önnur jurtaolía, skipt

2 bollar okra í sneiðum, ferskt eða frosið og þiðnað

1 bolli alhliða hveiti

1 stór laukur, saxaður

1 búnt grænn laukur, saxaður, hvítir og grænir hlutar aðskildir

1 græn paprika, söxuð

2 selleristilkar, saxaðir

4 stór hvítlauksrif, söxuð

2 stórir ferskir tómatar á árstíð, skrældir og saxaðir, eða 1 (16 únsa) niðursoðnir hægeldaðir tómatar með safa

3 lárviðarlauf

1 tsk ítalskt krydd

Salt, nýmalaður svartur pipar og kreólakrydd eftir smekk

1/4 bolli söxuð flatblaða steinselja

Soðin langkorna hvít hrísgrjón, til framreiðslu

LEIÐBEININGAR

Undirbúið krabbana eins og lýst er í „Undirbúningur krabba," síðu 23.

Afhýðið, afhýðið og afhýðið rækjurnar, setjið hausana og skeljarnar í meðalstóran pott. Bætið við nægu vatni til að hylja skeljarnar um að minnsta kosti 2 tommur og látið suðuna koma upp. Lokið, lækkið hitann í lágan og látið malla í 30 mínútur. Þegar það hefur kólnað aðeins, sigtið soðið í stóran mæliglas og fargið skeljunum.

Sigtið ostrurnar og bætið víninu út í rækjukraftinn. Bætið við nægu vatni til að búa til 7 eða 8 bolla af vökva á þessum tímapunkti (fer eftir því hversu þykkt þú vilt gúmmíið þitt). Athugaðu ostrurnar fyrir skeljabrotum.

Hitið 1 matskeið af olíunni á breiðri pönnu (ekki nonstick) og bætið okrinu út í. Steikið við miðlungshita, hrærið af og til, þar til öll klístur hverfur, um það bil 15 mínútur. Takið af hitanum.

Hitið olíuna sem eftir er í stórum, þungum potti yfir háum hita; bætið hveitinu út í og hrærið stöðugt þar til rouxinn byrjar að brúnast. Lækkið hitann í miðlungs eða miðlungs-lágan og eldið, hrærið stöðugt í, þar til roux er á litinn dökkt súkkulaði.

Bætið lauknum, hvítu hlutunum af grænlauknum, paprikunni og selleríinu út í og eldið, hrærið, þar til það er hálfgagnsætt. Bætið hvítlauknum út í og eldið eina mínútu í viðbót. Bætið tómötunum og ostrunni, rækjukraftinum og vatnsblöndunni saman við þar til örlítið þyknað og slétt samkvæmni er náð.

Bætið við okra, krabba, lárviðarlaufum og ítölsku kryddi og kryddið með salti, pipar og kreólakryddi; lokið og látið malla í 40 mínútur.

Bætið rækjunni út í og látið malla í 5 mínútur í viðbót. Bætið ostrunum út í og látið malla þar til þær krullast, um 3 mínútur.

Slökktu á hitanum, fjarlægðu lárviðarlaufin og hrærðu flestum af grænlauknum og steinseljunni út í og skildu eftir til skrauts. Berið fram í skálum yfir hrísgrjónunum. Bætið bitum af krabbanum í hverja skál og skreytið með lauka og steinselju. Bjóða upp á krabba- eða hnetukex fyrir fæturna.

15. Kjúklingur og Andouille Gumbo

GERIR 6-8 SKÓMA

Hráefni

2 pund beinlaust kjúklingalæri, skorið í hæfilega stóra bita, eða 1 heilur kjúklingur, skorinn í bita

1 pund andouille pylsa, skorin í hæfilega stóra bita

2 matskeiðar auk 1/2 bolli jurtaolíu, skipt

3/4 bolli alhliða hveiti

1 stór laukur, saxaður

1 búnt grænn laukur, saxaður, hvítir og grænir hlutar aðskildir

1 græn paprika, söxuð

2 sellerístilkar, saxaðir

4 hvítlauksrif, söxuð

6 bollar kjúklingakraftur

2 lárviðarlauf

1 tsk Creole krydd

Salt og nýmalaður svartur pipar, eftir smekk

1/3 bolli saxuð flatblaða steinselja

Soðin langkorna hvít hrísgrjón, til framreiðslu

Brúnið kjúklinginn og andouille í stórum, þungum potti í 2 matskeiðar af olíunni. Takið kjötið úr pottinum og setjið til hliðar.

Bætið afganginum af olíunni og hveitinu í pottinn og hrærið stöðugt við háan hita þar til rouxið byrjar að brúnast. Lækkið hitann í miðlungs eða miðlungs-lágan og eldið, hrærið stöðugt í, þar til roux er á litinn dökkt súkkulaði.

Bætið lauknum, hvítu hlutunum af grænlauknum, paprikunni, selleríinu og hvítlauknum út í og steikið við vægan hita í um það bil 5 mínútur. Hrærið kjúklingakraftinum smám saman út í. Bætið lárviðarlaufunum og kreólakryddinu út í og kryddið með salti og pipar; hylja og elda í um 45 mínútur til 1 klukkustund.

Bætið grænlauknum og steinseljunni út í og fjarlægið lárviðarlaufin. Berið fram í skálum yfir hrísgrjónunum með heitri sósu og heitu frönsku brauði.

16. Rækjur og Okra Gumbo

GERIR 8 SKÓMA

Hráefni

3 pund litlar til meðalstórar rækjur í skeljum með hausum eða 1 1/2 pund afhýddar og afvegaðar frosnar rækjur, þiðnar

1 pund ferskt okra, skorið í 1/4 tommu bita, eða frosið niðurskorið okra, þíða

1 matskeið auk 1/2 bolli jurtaolía, skipt

1/2 bolli alhliða hveiti

1 stór laukur, saxaður

1 búnt grænn laukur, saxaður, hvítir og grænir hlutar aðskildir

1 græn paprika, söxuð

2 sellerístilkar, saxaðir

3 stór hvítlauksrif, söxuð

1 (14,5 únsur) dós tómatar í teningum

2 lítrar af rækjukrafti eða vatni

1 1/2 tsk kreólakrydd

2 lárviðarlauf

1/2 tsk þurrkað timjan

1/4 bolli saxuð flatblaða steinselja

Soðin langkorna hvít hrísgrjón, til framreiðslu

Franskt brauð

Ef notaðar eru ferskar rækjur, afhýðið þær, afhýðið þær og afhýðið þær, setjið skeljar og hausa í meðalstóran pott. Bætið við nægu vatni til að hylja skeljarnar um að minnsta kosti 2 tommur og látið suðuna koma upp. Lokið, lækkið hitann í lágan og látið malla í 30 mínútur. Þegar það hefur kólnað aðeins, sigtið soðið í stóran mæliglas og fargið skeljunum.

Ef þú notar ferskt okra skaltu hita 1 matskeið af olíunni í miðlungs til stórri pönnu. Eldið okran við meðalhita, hrærið af og til, þar til strengi vökvinn hverfur. Setja til hliðar.

Hitið olíuna sem eftir er í stórum, þungum potti yfir háum hita. Bætið hveitinu út í og hrærið stöðugt þar til rouxið byrjar að brúnast. Lækkið hitann í miðlungs og eldið, hrærið stöðugt í, þar til rouxinn er á litinn eins og mjólkursúkkulaði. Bætið lauknum og hvítu hlutunum af grænlauknum út í og eldið, hrærið, þar til laukurinn byrjar að karamellisera. Bætið paprikunni og selleríinu út í og eldið þar til það er visnað. Bætið hvítlauknum út í og eldið eina mínútu í viðbót.

Bætið tómötunum út í og hrærið soðinu eða vatni smám saman út í. Bætið öllu kryddinu út í nema steinseljunni, lækkið hitann í lægsta, lokið á og látið malla í 30 mínútur. Bætið rækjunni út í og látið malla þar til rækjurnar verða bleikar, um það bil 10 mínútur. Takið af hitanum og bætið við grænum lauk og steinselju og fjarlægið lárviðarlaufin.

Berið fram í skálum yfir heitum hrísgrjónum með heitu frönsku brauði.

17. Super Gumbo

GERIR 10-12 SKÓMA

Hráefni

2 punda rækjur í skeljum með hausum

1 pund ferskir eða frosnir gumbo krabbar, þiðnaðir ef þeir eru frosnir

6 stykki kjúklingur (eins og leggir og læri)

Salt, pipar og kreólakrydd eftir smekk

1 pund ferskt okra, skorið í bita, eða frosið niðurskorið okra, þiðnað

1 matskeið auk 1 bolli jurtaolía, skipt

1 bolli alhliða hveiti

1 stór laukur, saxaður

1 búnt grænn laukur, saxaður, hvítir og grænir hlutar aðskildir

1 græn paprika, söxuð

2 sellerístilkar, saxaðir

4 hvítlauksrif, söxuð

1/2 pund andouille eða önnur reykt pylsa, skorin í fernt eftir endilöngu og sneið í 1/4 tommu þykkt

2 ferskir tómatar, hægeldaðir, eða 1 (14,5 únsu) dós hægeldaðir tómatar

2 matskeiðar tómatmauk

9 bollar sjávarfang eða kjúklingakraftur, eða sambland af þessu tvennu

3 lárviðarlauf

1/2 tsk kreólakrydd

1 tsk salt

Nokkrar veltur á svartri piparkvörn

2 matskeiðar saxuð flatblaða steinselja

Soðin langkorna hvít hrísgrjón, til framreiðslu

Afhýðið, afhýðið og afhýðið rækjurnar, setjið hausana og skeljarnar í meðalstóran pott. Bætið við nægu vatni til að hylja skeljarnar um að minnsta kosti 2 tommur og látið suðuna koma upp. Lokið, lækkið hitann og látið malla í 30 mínútur. Þegar það hefur kólnað aðeins, sigtið soðið í stóran mæliglas og fargið skeljunum.

Fjarlægðu allt annað en skeljarnar sem innihalda krabbakjötið af krabbanum, láttu fæturna vera á og gulu og appelsínugulu fituna á sínum stað. Ef einhver hluti af skelinni þarf að þrífa, gerðu það með svampi.

Skolið og þurrkið kjúklingabitana og stráið salti, pipar og kreólakryddi yfir ríkulega.

Hitið 1 matskeið af jurtaolíu í miðlungs pönnu; bætið okrinu út í og eldið við háan hita, hrærið oft, þar til það byrjar að brúnast aðeins. Lækkið hitann í miðlungs og haltu áfram að elda þar til klístur vökvinn hverfur.

Hitið 2 matskeiðar af olíunni sem eftir er í stórum, þungum potti og brúnið kjúklingabitana á öllum hliðum. Fjarlægðu kjúklinginn og settu til hliðar.

Bætið afganginum af olíunni og hveitinu í pottinn og hrærið við háan hita þar til rouxinn verður ljósbrúnn. Lækkið hitann í miðlungs og eldið, hrærið stöðugt í, þar til rouxinn er dökkbrúnn (litur hnetusmjörs eða aðeins dekkri). Gættu þess að brenna það ekki.

Bætið lauknum, hvítu hlutunum af grænlauknum, paprikunni og selleríinu út í og eldið, hrærið, þar til það er hálfgagnsætt. Bætið hvítlauknum út í og eldið eina mínútu í viðbót. Bætið við pylsunni, tómötunum og tómatmaukinu og eldið í 5 mínútur í viðbót. Hrærið soðinu smám saman út í.

Bætið við öllu kryddinu nema steinseljunni. Látið suðuna koma upp, lækkið síðan hitann niður í suðu. Lokið og eldið í um það bil 1 klukkustund og 20 mínútur, hrærið af og til og sleppið fitunni af toppnum. Bætið rækjunni, steinseljunni og grænlauknum saman við, hækkið hitann og eldið í nokkrar mínútur þar til rækjurnar verða bleikar. Smakkið til til að stilla kryddið og fjarlægið lárviðarlaufin.

Berið fram í skálum yfir soðnu hrísgrjónunum.

18. Cajun Hen Gumbo

GERIR 6-8 SKÓMA

Hráefni

1 (5- til 6 punda) hæna

Salt, nýmalaður svartur pipar og cayenne pipar eftir smekk

3/4 bolli jurtaolía, skipt

1/2 pund andouille pylsa, skorin í 1/2 tommu bita

1/2 pund tasso, skorið í 1/2 tommu bita

3/4 bolli alhliða hveiti

2 meðalstórir laukar, saxaðir

6 grænir laukar, saxaðir, hvítir og grænir hlutar aðskildir

1 græn paprika, söxuð

3 sellerístilkar, saxaðir

1 matskeið saxaður hvítlaukur

6 1/2 bollar kjúklingakraftur eða vatn, eða sambland af þessu tvennu

3 lárviðarlauf

Creole krydd, eftir smekk

3 matskeiðar saxuð flatblaða steinselja

Soðin langkorna hvít hrísgrjón, til framreiðslu

Skerið hænuna í bita eins og þú myndir skera kjúkling. Þar sem bringan er stór skaltu skera hana í 3 bita. Notaðu bakbeinið og hvaða innmat sem er, nema lifur. Skolið, þurrkið og stráið salti og pipar yfir á allar hliðar.

Notaðu mjög stóran, þungan pott, hitaðu 1/4 bolla af olíunni og brúnaðu hænuna vel á öllum hliðum. Takið hænuna úr pottinum og setjið til hliðar.

Bætið afganginum af olíunni og hveitinu í pottinn og hrærið stöðugt við háan hita þar til rouxinn verður ljósbrúnn. Lækkið hitann í miðlungs og eldið, hrærið stöðugt í, þar til rouxinn er dökkbrúnn (litur mjólkursúkkulaðis eða aðeins dekkri).

Dragðu úr hitanum í lágan; bætið lauknum, hvítu hlutunum af grænlauknum, paprikunni, selleríinu og hvítlauknum út í og steikið þar til hann verður hálfgagnsær. Hrærið soðinu og/eða vatni smám saman út í. Bætið lárviðarlaufunum út í og kryddið með Creole kryddi, lokið á og látið malla í 3 klukkustundir, hrærið af og til. Þegar gúmmíið er eldað, fletjið fituna af yfirborðinu. Þú mátt undanrenna allt að 1 bolla af fitu.

Þegar gúmmíið er soðið og hænan er meyr, fjarlægðu lárviðarlaufin og hrærðu grænlaukstoppunum og steinseljunni saman við. Berið fram í skálum yfir hrísgrjónunum.

19. Quail Gumbo

GERIR 8 SKÓMA

Hráefni

8 ferskar kvartar eða frosnar, þiðnar

Salt og nýmalaður svartur pipar, eftir smekk

1 pund boudin eða um 4 bollar heimabakað jambalaya (eða notaðu fljótlega blöndu eins og Zatarain's eða Oak Grove)

3/4 bolli jurtaolía

3/4 bolli alhliða hveiti

1 stór laukur, saxaður

3 grænir laukar, saxaðir, hvítir og grænir hlutar aðskildir

1 græn paprika, söxuð

4 stór hvítlauksrif, söxuð

1/4 pund tasso eða andouille (eða önnur reykt) pylsa, skorin í hæfilega bita

2 matskeiðar tómatmauk

6 bollar heimabakað eða niðursoðið kjúklingakraftur

1 tsk þurrkað timjan

3 lárviðarlauf

1/2 tsk kreólakrydd

1/2 tsk sellerísalt

3 matskeiðar saxuð flatblaða steinselja

Skolaðu vaktlina og fjarlægðu allar fjaðrirnar sem eftir eru. Þurrkaðu vel og kryddaðu með salti og pipar að innan sem utan. Ef þú notar boudin skaltu fjarlægja það úr hlífunum. Fylltu hvern quail með um það bil 4 matskeiðar boudin eða jambalaya og bindðu band um hvern quail frá baki og að framan, krossaðu fæturna til að halda í fyllingunni.

Hitið 3 matskeiðar af olíunni í breiðum, þungum potti og brúnið vaktlina varlega létt á öllum hliðum, hreyfðu þá til að koma í veg fyrir að húðin festist. Fjarlægðu kviku úr pottinum og settu til hliðar.

Bætið afganginum af olíunni og hveitinu í pottinn og hrærið stöðugt við meðalháan hita þar til rouxinn byrjar að brúnast. Lækkið hitann í miðlungs og eldið, hrærið stöðugt í, þar til roux er á litinn hnetusmjöri.

Lækkið hitann í lágan og bætið lauknum og hvítu hlutunum af grænlauknum út í, karamelliserið þá í um það bil 5 mínútur. Bætið paprikunni út í og eldið þar til hún er visnuð. Bætið hvítlauknum út í og eldið í 1 mínútu í viðbót. Bætið tómatmaukinu og tasso saman við og eldið í nokkrar mínútur í viðbót. Hrærið soðinu smátt og smátt út í, fylgt eftir með öllu kryddinu nema grænlauknum og steinseljunni. Látið suðuna koma upp og lækkið síðan hitann niður í miðlungs lágan.

Setjið kvistinn aftur í pottinn, setjið lok á og látið malla í 30 mínútur. Þegar það er tilbúið, bætið þá grænlaukstoppunum út í og fjarlægið lárviðarlaufin.

Til að bera fram, setjið 1 quail í hverja skál af gumbo og stráið steinselju yfir.

20. Gumbo z'Herbes

GERIR 8 SKÓMA

Hráefni

1 lítið skinkubein eða 1/2 pund reykt skinku teningur

1 pint shucked ostrur með áfengi þeirra

1/2 bolli jurtaolía

1/2 bolli alhliða hveiti

1 stór laukur, saxaður

3 grænir laukar, saxaðir

3 sellerístilkar, saxaðir

3 hvítlauksrif, söxuð

1/2 tsk kreólakrydd

3 lárviðarlauf

1/2 tsk þurrkað timjan

1 matskeið sykur

2 bollar hreinsað og grófsaxað sinnepsgrænt

2 bollar hreinsaðar og grófsaxaðar rófur

4 bollar hreinsað og gróft saxað grænmeti

4 bollar spínat

1 búnt flatblaða steinselja

1/2 lítið hvítkál, saxað eða rifið

2 bollar endive, rifinn í sundur

Salt og nýmalaður svartur pipar, eftir smekk

Soðin langkorna hvít hrísgrjón, til framreiðslu

Ef þú notar skinkubein skaltu malla það í stórum potti í 2 lítrum af vatni, lokuðu, í 2 klukkustundir eða þar til kjötið er við það að detta af beinum. Þegar það er nógu kalt til að hægt sé að höndla það skaltu fjarlægja kjötið af beinum og setja til hliðar. Fargið beininu og geymið soðið (þú þarft um 7 bolla).

Sigtið ostrurnar, geymið áfengi þeirra og athugaðu hvort skelbrot séu til staðar. Þú ættir að hafa um 1/2 bolla af áfengi.

Blandið saman olíu og hveiti í mjög stórum, þungum potti og hrærið við háan hita þar til rouxið byrjar að brúnast. Lækkið hitann í miðlungs og eldið, hrærið stöðugt í, þar til rouxinn verður liturinn á mjólkursúkkulaði. Bætið lauknum strax út í og látið malla þar til hann er karamellaður. Bætið selleríinu og hvítlauknum út í og látið malla í eina mínútu í viðbót.

Hrærið fráteknu skinkukraftinum, ostruslíkjörnum (um 1/2 bolli), kreólakryddinu, lárviðarlaufum, timjani, sykri, fráteknu skinku- eða skinkuteningum og grænmeti og kryddið með salti og pipar. Látið malla, lokið, í um það bil 1 klst. Bætið ostrunum út í og eldið þar til þær krullast, um 1 mínútu. Smakkið til og stillið kryddið. Slökktu á hitanum og fjarlægðu lárviðarlaufin.

Berið fram í Gumbo skálum yfir hrísgrjónunum.

21. Filé Gumbo

GERIR 6-8 SKÓMA

Hráefni

2 punda rækjur í skeljum með hausum

1/2 bolli jurtaolía eða beikondropar

1/2 bolli alhliða hveiti

1 laukur, saxaður

1 græn paprika, söxuð

3 hvítlauksrif, söxuð

2 matskeiðar tómatmauk

2 lárviðarlauf

1/2 tsk salt, eða eftir smekk

1/2 tsk nýmalaður svartur pipar, eða eftir smekk

1/2 tsk cayenne pipar, eða eftir smekk

2 matskeiðar filé duft

1 pund júmbó klumpur krabbakjöt

Soðin langkorna hvít hrísgrjón, til framreiðslu

Afhýðið, afhýðið og afhýðið rækjurnar, setjið hausana og skeljarnar í meðalstóran pott. Bætið við nægu vatni til að hylja skeljarnar um að minnsta kosti 2 tommur og látið suðuna koma upp. Lokið, lækkið hitann og látið malla í 30 mínútur. Þegar það hefur kólnað aðeins, sigtið soðið í stóran mæliglas og fargið skeljunum. Ef nauðsyn krefur, bætið nægu vatni við soðið til að búa til 5 bolla af vökva. Setja til hliðar.

Blandið saman olíu og hveiti í stórum, þungum potti. Hrærið stöðugt við háan hita þar til hveitið byrjar að brúnast. Lækkið hitann í miðlungs og hrærið stöðugt þar til rouxinn verður dökkbrúnn.

Bætið lauknum og paprikunni út í og steikið þar til það er visnað. Bætið hvítlauknum út í og eldið eina mínútu í viðbót. Hrærið tómatmaukinu út í og látið malla í 5 mínútur, hrærið af og til. Hrærið rækjukraftinum smám saman út í. Bætið öllu kryddi nema filéinu út í, setjið lok á og látið malla við vægan hita í 30 mínútur.

Bætið rækjunni út í og haltu áfram að elda í 3 mínútur ef rækjurnar eru litlar eða 7 mínútur ef þær eru stórar. Slökktu á hitanum. Ef þú ert að bera fram allt gúmmíið strax skaltu bæta við filéinu og blanda vel saman. (Ef ekki, geymdu þá filéið til að bæta í einstakar skálar.) Hrærið krabbakjötinu varlega saman við.

Berið fram í skálum yfir heitu hrísgrjónunum. Ef þú hefur ekki bætt við filéinu skaltu bæta 1/2-3/4 tsk í hverja skál, allt eftir stærð skálanna.

22. Steinbítur Gumbo

GERIR 6-8 SKÓMA

Hráefni

3 punda steinbítsmolar, skipt

1/2 bolli canola eða önnur jurtaolía

1/2 bolli alhliða hveiti

1 stór laukur, saxaður, hýði og meðlæti frátekið

1 græn paprika, söxuð, fræ og meðlæti frátekið

2 sellerístilkar, saxaðir

6 grænir laukar, saxaðir, hvítir og grænir hlutar aðskildir

3 stór hvítlauksrif, söxuð

1 (10 aura) dós upprunalega Ro-tel tómatar með chilies

2 bollar saxaðir ferskir eða niðursoðnir hægeldaðir tómatar

3 bollar soð

1/2 bolli hvítvín

3 lárviðarlauf

1/2 tsk þurrkað timjan

1 tsk ferskur sítrónusafi

1/2 tsk Worcestershire sósa

1 1/2 tsk kreólakrydd

Salt og nýmalaður pipar, eftir smekk

2 matskeiðar saxuð flatblaða steinselja

Soðin langkorna hvít hrísgrjón, til framreiðslu

Skerið 2 pund af steinbítskubbunum í 1 tommu teninga og setjið til hliðar. Setjið afganginn af gullmolunum í lítinn pott með 4 bollum af vatni og meðlætinu af grænmetinu til að búa til soðið. Lokið og látið malla í 45 mínútur. Sigtið soðið í stóran mæliglas og fleygið föstu efninu.

Hitið olíuna í stórum, þungum potti. Bætið hveitinu út í og hrærið stöðugt við meðalhita til að gera meðaldökkt roux á litinn eins og hnetusmjör. Bætið lauknum, hvítu hlutunum af grænlauknum, paprikunni og selleríinu út í og eldið þar til það er visnað. Bætið hvítlauknum út í og eldið 1 mínútu í viðbót.

Bætið tómötunum, 3 bollum af soðinu, víninu, lárviðarlaufinu, timjaninu, sítrónusafanum, Worcestershire sósunni og Creole kryddinu út í og kryddið með salti og pipar. Látið suðuna koma upp. Lækkið hitann, lokið á og látið malla í 30 mínútur, hrærið af og til.

Bætið steinbítnum í teninga saman við og látið suðuna koma upp. Lækkið hitann og látið malla þar til fiskurinn er eldaður í gegn, um það bil 5 mínútur. Fjarlægðu lárviðarlaufin og bætið steinseljunni og grænlauknum saman við. Lokið og látið gúmmíið hvíla í klukkutíma eða svo.

Hitið gumboið aftur og berið fram í skálum yfir hrísgrjónunum.

23. Hvítkál Gumbo

GERIR 4–6 SKÓMA

Hráefni

1 stór hvítkál (um 3 pund)

4 þykkar beikonsneiðar

1/4 bolli jurtaolía (meira eða minna eftir þörfum)

1/2 bolli alhliða hveiti

1 laukur, saxaður

1 græn paprika, söxuð

2 sellerístilkar, saxaðir

3 stór hvítlauksrif, söxuð

Salt og nýmalaður svartur pipar, eftir smekk

1 tsk sykur

3 lárviðarlauf

1 tsk Creole krydd

8 bollar vatn

1 (10 aura) dós upprunalegir Ro-tel tómatar með grænum chili

2 litlar reyktar skinkuhár

Soðin langkorna hvít hrísgrjón, til framreiðslu

Skerið kálið í hæfilega stóra bita; skola, tæma og setja til hliðar.

Í stórum, þungum potti, eldið beikonið þar til það er stökkt. Takið beikonið úr pottinum og geymið. Hellið beikonfeiti varlega í stóran mælibolla og bætið við nægri olíu til að fá 1/2 bolla. Setjið fituna aftur á pönnuna og bætið hveitinu út í; hrærið stöðugt við miðlungshita til að gera ljósbrúnan eða smjörkló-litan roux.

Bætið lauknum, paprikunni og selleríinu út í og steikið þar til það er visnað. Bætið hvítlauknum út í og steikið í eina mínútu í viðbót. Hrærið afganginum og kálinu saman við og látið suðuna koma upp. Lækkið hitann, lokið á og látið malla í 1 klukkustund, hrærið af og til.

Berið fram í skálum yfir hrísgrjónunum og toppið með mulið fráteknu beikoni. Berið fram heita sósu til hliðar.

24. Tyrkland Gumbo

GERIR 6-8 SKÓMA

Hráefni

1 eða fleiri kalkúnskrokkar og kalkúnafgangur

1/2 bolli jurtaolía

1/2 bolli alhliða hveiti

1 laukur, saxaður

1 búnt grænn laukur, saxaður

3 sellerístilkar, saxaðir

3 hvítlauksrif, söxuð

Afgangur af kalkúnasósu (valfrjálst)

2 lárviðarlauf

1/2 tsk þurrkað timjan

Salt, kreólakrydd og nýmalaður svartur pipar, eftir smekk

1/2 pund andouille (eða önnur reykt) pylsa, skorin í hæfilega bita

1 pint shucked ostrur (valfrjálst)

3 matskeiðar saxuð flatblaða steinselja

Soðin langkorna hvít hrísgrjón, til framreiðslu

Fjarlægðu allt kjöt af kalkúnsskrokknum. Skerið í bita ásamt kalkúnafgangi. Setja til hliðar.

Setjið kalkúnabeinin í pott, hyljið með vatni og látið suðuna koma upp. Lækkið hitann í lágan, lokið á og látið malla í 1 klukkustund. Þegar það er nógu kalt til að hægt sé að meðhöndla það, síið soðið í stóran mæliglas og fargið beinum. Ef þú notar ostrur skaltu sía ostrukjötinu í soðið. Ef nauðsyn krefur skaltu bæta við vatni til að búa til að minnsta kosti 8 bolla af vökva. Setja til hliðar.

Í stórum, þungum potti, hitið olíuna yfir meðalháan hita. Bætið hveitinu út í og hrærið stöðugt þar til rouxið byrjar að brúnast. Lækkið hitann í miðlungs og eldið, hrærið stöðugt í, þar til rouxinn verður litur hnetusmjörs.

Bætið lauknum og selleríinu út í og látið malla við vægan hita þar til það verður gegnsætt. Bætið hvítlauknum út í og eldið eina mínútu í viðbót. Bætið 8 bollum af soðinu (eða meira ef þú vilt þynnri gumbo; ef þú átt afgang af kalkúnasósu skaltu bæta því við á þessum tímapunkti).

Bætið við öllu kryddinu (nema steinseljunni) og pylsunni; lokið og látið malla í 30 mínútur. Bætið kalkúnakjöti og ostrunum út í, ef það er notað, og eldið þar til ostrurnar krullast, 1-2 mínútur. Fjarlægðu lárviðarlaufin og stilltu kryddið. Bætið steinseljunni út í og berið fram í skálum yfir hrísgrjónunum.

25. Roux-laus Gumbo

GERIR 6-8 SKÓMA

Hráefni

2 pund miðlungs rækja í skeljum með hausum eða 1 pund afhýddar og afvegaðar frosnar rækjur, þiðnar

3 bollar ferskt okra í sneiðum eða 3 bollar frosið niðurskorið okra, þiðnað

1 pund beinlaust kjúklingalæri, skorið í 1 tommu bita

Creole krydd til að stökkva á kjúkling auk 1/2 tsk

1 teskeið auk 3 matskeiðar jurtaolíu

1 stór laukur, saxaður

1 græn paprika, söxuð

1 búnt grænn laukur, saxaður, grænir og hvítir hlutar aðskildir

2 sellerístilkar, saxaðir

3 hvítlauksrif, söxuð

1 (15 aura) dós muldir tómatar

4 bollar rækju- og/eða kjúklingakraftur

1/2 tsk salt

10 malar á svartri piparkvörn

1 tsk sellerísalt

1 hrúga matskeið saxuð flatblaða steinselja

1 msk filé duft

Soðin langkorna hvít hrísgrjón, til framreiðslu

Ef þú notar ferskar rækjur skaltu fjarlægja hausana og skelina og taka rækjuna út. Setjið skeljar og hausa í miðlungs pott, bætið við nægu vatni til að hylja skeljarnar um að minnsta kosti 2 tommur og látið suðuna koma upp. Lokið, lækkið hitann í lágan og látið malla í 30 mínútur. Þegar það hefur kólnað aðeins, sigtið soðið í stóran mæliglas og fargið skeljunum. Þú þarft 4 bolla af soði. Geymdu afganginn til síðari notkunar.

Hitið 1 tsk af olíunni á pönnu yfir meðalhita og bætið okrinu út í. Eldið, snúið oft, þar til allt slímið er fjarlægt úr okrinu. Setja til hliðar.

Stráið kjúklingnum á allar hliðar með kreólakryddi. Hitið olíuna sem eftir er í stórum, þungum potti og brúnið kjúklingabitana í 2 skömmtum á öllum hliðum. Fjarlægðu kjúklinginn á disk.

Bætið lauknum, hvítu hlutunum af grænlauknum, paprikunni og selleríinu í pottinn og steikið þar til hann verður hálfgagnsær. Bætið hvítlauknum út í og steikið í eina mínútu í viðbót.

Setjið kjúklinginn aftur í pottinn og bætið við okrinu, tómötunum, soðinu, afganginum af Creole kryddinu, salti, pipar og sellerísalti. Lokið og látið malla í 30 mínútur.

Bætið rækjunum, grænlauknum og steinseljunni út í og eldið 5-10 mínútur lengur, eða þar til rækjurnar eru aðeins bleikar. Bætið filéinu í pottinn ef þið ætlið að bera fram allt gúmmíið. Berið fram í skálum yfir hrísgrjónunum. Ef þú hefur ekki bætt við filéinu skaltu bæta 1/2-3/4 tsk í hverja skál.

26. Önd og Andouille Gumbo

GERIR 6-8 SKÓMA

Hráefni

1 (6 punda) andarungi

2 laukar, 1 í fjórða og hinn saxað

4 sellerístilkar, 2 skornir í bita og hinir 2 saxaðir

4 lárviðarlauf, skipt

Nýmalaður svartur pipar, eftir smekk

1 pund andouille pylsa, skorin í hæfilega stóra bita

3/4 bolli jurtaolía

1 bolli alhliða hveiti

1 búnt grænn laukur, saxaður, hvítir og grænir hlutar aðskildir

1 græn paprika, söxuð

4 hvítlauksrif, söxuð

1/2 tsk þurrkað timjan

1/2 tsk kreólakrydd

1/4 tsk cayenne pipar

1 msk Worcestershire sósa

Salt, eftir smekk

1/2 bolli saxuð flatblaða steinselja

Soðin langkorna hvít hrísgrjón, til framreiðslu

Skolaðu öndina og fjarlægðu umfram fitu. Setjið öndina í stóran pott og hyljið með vatni. Bætið við fjórðungsskornum lauk, selleríbitum, 2 af lárviðarlaufunum og nokkrum mölum á piparkvörn. Látið suðuna koma upp. Lækkið hitann í lágan og látið malla þar til öndin hefur eldast í gegn, um 45 mínútur. Taktu öndina úr pottinum og láttu hvíla þar til hún er nógu köld til að hægt sé að höndla hana. Úrbeinið öndina og skerið kjötið í hæfilega bita. Leggið kjötið til hliðar.

Setjið beinin aftur í pottinn og látið malla í 1 klst. Sigtið soðið í stóra skál og látið kólna. Geymið í kæli þar til fitan harðnar og skúfið og fleygið fitunni.

Brúnið pylsuna á stórri pönnu við meðalháan hita. Setja til hliðar.

Hitið olíuna í stórum, þungum potti yfir háum hita; bætið hveitinu út í og hrærið stöðugt þar til rouxinn byrjar að brúnast. Lækkið hitann í miðlungs eða miðlungs-lágan og eldið, hrærið stöðugt í, þar til roux er á litinn dökkt súkkulaði.

Bætið söxuðum lauknum, hvítu hlutunum af grænlauknum, selleríinu og paprikunni út í og eldið, hrærið, þar til það er visnað. Bætið hvítlauknum út í og eldið eina mínútu í viðbót. Hrærið 6 bolla af soðinu smám saman út í. (Ef þú átt aukakraft skaltu frysta það til annarra nota.) Bætið afgangnum af lárviðarlaufinu og timjaninu, kreólakryddinu, cayennepipar og Worcestershire sósu út í og kryddið með salti.

Bætið pylsunni og öndinni út í og látið malla, undir loki, þar til öndin er mjúk, um 1 klst. Hrærið steinseljunni og grænlauknum saman við.

Berið fram í skálum yfir hrísgrjónunum með heitri sósu og heitu frönsku brauði til hliðar.

27. Steikt gæs og Foie Gras Jambalaya

GERIR 4-6 SKÓMA

Hráefni

1 bolli gæsakjöt

6 aura foie gras, saxað

12 hvítlauksrif, afhýdd og söxuð

1 laukur, meðalstór sneið

2 grænar paprikur, meðalstórar í teninga

6 sellerístilkar, meðalstórir í teningum

2 lárviðarlauf

1 tsk cayenne pipar

4 matskeiðar kosher salt, eða eftir smekk

1/2 bolli rauðvín

2 bollar hrísgrjón

4 bollar alifuglakraftur

1 matskeið söxuð fersk salvía

1 matskeið saxað ferskt timjan

Eldið gæsakjötið á meðalstórri pönnu við háan hita, hrærið þar til það hefur brúnast. Lækkið hitann í lágan, bætið litlu magni af vatni út í, hyljið vel og eldið þar til kjötið er meyrt, um það bil 1-2 klukkustundir.

Setjið steikjarpönnu með þykkum botni yfir miðlungsháan hita. Bætið foie grasinu á pönnuna og hrærið til að bráðna í 5 sekúndur. Bætið við hvítlauk, lauk, papriku, sellerí, lárviðarlaufum, cayenne og salti. Hrærið jafnt með tréskeið í 3-5 mínútur eða þar til laukurinn er hálfgagnsær og grænmetið mjúkt og farið að brúnast.

Bætið víninu út í og hrærið stöðugt til að glerja pönnuna, leyfið vökvanum að gufa alveg upp.

Bætið kjötinu, hrísgrjónunum og soðinu út í og látið sjóða upp úr jambalaya. Lækkið hitann, hyljið pönnuna og eldið í 10 mínútur. Slökktu á hitanum, haltu lokinu á pönnunni og haltu áfram að gufa þar til hrísgrjónin eru soðin alla leið. Þeytið hrísgrjónin með gaffli og bætið salvíunni og timjaninu út í.

28. Svartur Jambalaya

GERIR 10-12 SKÓMA

Hráefni

1/4 bolli jurtaolía

1 pund Louisiana reykt pylsa, eins og andouille, chaurice eða grænn laukur, skorin í 1/4 tommu þykkar umferðir

1 stór laukur, skorinn í teninga

3 sellerístilkar, skornir í teninga

2 poblano paprikur, skornar í teninga

1/4 bolli hakkaður hvítlaukur

1/2 pund reykt svínakjöt (sjá athugasemd)

1/2 pund reykt kjúklingalæri (sjá athugasemd)

1 (12 aura) dós svarteygðar baunir

4 bollar soð, helst svínakjöt (sjá athugasemd)

2 matskeiðar saxað ferskt oregano

2 matskeiðar saxuð flatblaða steinselja

2 matskeiðar saxað ferskt timjan

1 matskeið kosher salt

1 tsk nýmalaður svartur pipar

1 tsk cayenne pipar

2 bollar langkorna hrísgrjón frænda Ben

Hitið olíuna yfir meðalhita í stórum, þungum potti, helst svörtu steypujárni. Bætið pylsunni út í og eldið þar til hún krullar. Bætið lauknum, selleríinu, paprikunni og hvítlauknum út í og steikið þar til það er hálfgagnsært. Bætið svínakjöti út í og eldið í 5 mínútur, hrærið oft. Bætið kjúklingnum út í og eldið í 5 mínútur í viðbót. Bætið svörtu baunum út í og eldið í 5 mínútur í viðbót.

Bætið soðinu út í og látið suðuna koma upp. Bætið við kryddjurtum og kryddi og síðan hrísgrjónum og látið suðuna koma upp. Lokið og eldið við vægan hita þar til hrísgrjónin eru tilbúin, um 30 mínútur.

ATHUGIÐ * Ef þú vilt ekki reykja svínakjötið eða kjúklinginn geturðu steikt það. Til að brasa svínakjötið, nuddið það með salti og pipar og brúnið það á öllum hliðum í svartri járnpönnu, eldið það síðan í vatni á helluborði eða í ofni þar til kjötið fellur af beininu. Þú getur síðan notað braisingvökvann í soðið. Til að undirbúa kjúklinginn, nuddaðu hann með salti og pipar og brúnaðu hann á öllum hliðum við háan hita þar til hann karamellist og er 75 prósent eldaður áður en honum er bætt í hæfilega stóra bita í jambalaya.

29. Jambalaya kjúklingur, rækjur og pylsa

GERIR 6-8 SKÓMA

Hráefni

1 kjúklingur, skorinn í 10 bita, skipta bringunni í fjórðu hluta
Salt, nýmalaður svartur pipar og kreólakrydd eftir smekk

1/4 bolli jurtaolía

1 pund reykt pylsa, helst svínakjöt, skorin í 1/4 tommu þykka hringi

1 stór laukur, saxaður

6 grænir laukar, saxaðir, grænir og hvítir hlutar aðskildir

1 græn paprika, söxuð

2 selleristilkar, saxaðir

4 hvítlauksrif, söxuð

3 bollar vatn, eða meira eftir þörfum

1/2 tsk salt

1/2 tsk nýmalaður svartur pipar

1 msk Creole krydd

1 1/2 bollar langkorna hvít hrísgrjón

2 pund rækjur, afhýddar og afvegaðar, eða 1 pund meðalstórhreinsaðar og afvegaðar frosnar rækjur, þiðnar

1/3 bolli hakkað ítalsk flatblaða steinselja

Skolið kjúklingabitana og þurrkið. Kryddið á öllum hliðum með salti, nýmöluðum svörtum pipar og Creole kryddi. Hitið olíuna í stórum, þungum potti. Brúnið kjúklinginn á öllum hliðum þegar hann er heitur og takið hann yfir í pappírshandklæði. Brúnið pylsuna og takið úr pottinum.

Ef nauðsyn krefur, bætið við nægri aukaolíu til að hylja botninn á pottinum. Bætið lauknum, hvítu hlutunum af grænlauknum, paprikunni og selleríinu út í og steikið þar til það er gegnsætt. Bætið hvítlauknum út í og steikið í eina mínútu í viðbót. Bætið vatni og kryddi út í og látið suðuna koma upp við háan hita. Bætið hrísgrjónunum út í, hyljið og lækkið hitann í lágan. Látið malla í 20 mínútur. Hrærið rækjunni varlega saman við (á þessum tímapunkti ætti enn að vera smá vökvi neðst í pottinum. Ef ekki, bætið þá 1/4 bolli af vatni út í fyrir raka á meðan rækjurnar eldast), grænlaukstoppunum og steinseljunni og látið malla. 10 mínútur í viðbót, eða þar til vatnið hefur verið frásogast. Hrærið varlega til að brjóta ekki hráefnin í sundur.

Berið fram heitt með heitu frönsku brauði og salati og Louisiana heitri sósu til hliðar.

30. Krabbar og pylsa Jambalaya

GERIR 8-10 SKÓMA

Hráefni

3 matskeiðar jurtaolía

1 meðalstór laukur, saxaður

1 búnt grænn laukur, saxaður, hvítir og grænir hlutar aðskildir

1 græn paprika, söxuð

2 sellerístilkar, saxaðir

3 hvítlauksrif, söxuð

1 pund reykt pylsa, skorin í 1/4 tommu þykka hringi

1 (14,5 únsur) dós tómatar í teningum

1 matskeið tómatmauk

3 bollar sjávarafurðakraftur, helst, eða kjúklingakraftur eða vatn

1/2 tsk þurrkað timjan

1/4 tsk Creole krydd

1/2 tsk salt

1/2 tsk nýmalaður svartur pipar

1 tsk Worcestershire sósa

1 1/2 bollar hrísgrjón

1 punda Louisiana krabbahalar með fitu

2 matskeiðar saxuð flatblaða steinselja

Hitið olíuna í stórum, þungum potti. Bætið lauknum, hvítu hlutunum af grænlauknum, paprikunni og selleríinu út í og steikið þar til það er gegnsætt. Bætið hvítlauknum og pylsunni út í og steikið í nokkrar mínútur í viðbót. Bætið tómötunum, tómatmaukinu og soðinu út í og látið suðuna koma upp. Bætið kryddinu nema steinseljunni út í, lækkið hitann í lægsta, lokið á og látið malla í 5 mínútur. Látið suðuna koma aftur upp og bætið hrísgrjónunum út í. Lækkið hitann aftur og látið malla undir loki í 10 mínútur. Bætið krabbanum og grænlauknum saman við og látið malla þar til vökvinn hefur verið frásoginn, um 20 mínútur í viðbót. Takið af hellunni og toppið með steinseljunni.

31. Pastalaya

GERIR 6-8 SKÓMA

Hráefni

3 matskeiðar jurtaolía eins og canola

1/2 pund reykt pylsa, skorin í 1/2 tommu þykka hringi

2 beinlausar, roðlausar kjúklingabringur, skornar í hæfilega teninga

1 stór laukur, saxaður

1/2 græn paprika, saxuð

2 sellerístilkar, saxaðir

6 grænir laukar, saxaðir

3 stór hvítlauksrif, söxuð

1 (14,5 únsur) dós tómatar í teningum

3 bollar kjúklingasoð, heimabakað eða niðursoðið

1/2 tsk þurrkað timjan

1/2 tsk kreólakrydd

Salt og nýmalaður svartur pipar, eftir smekk

12 aura spaghetti eða annað pasta

Hitið olíuna í stórum, þungum potti. Brúnið pylsuna á báðum hliðum við háan hita og takið hana úr pottinum. Brúnið kjúklingabitana og takið úr pottinum. Lækkið hitann í meðalhita Steikið laukinn, paprikuna, selleríið og græna laukinn þar til hann er visnaður. Bætið hvítlauknum út í og steikið í eina mínútu í viðbót. Bætið tómötunum og kjúklingasoðinu út í og setjið pylsuna og kjúklinginn aftur í pottinn. Látið malla, lokið, í 15 mínútur.

Bætið pastanu út í og hrærið því út í vökvann. Látið malla, þakið, við meðalhita, hrærið af og til, í 15 mínútur í viðbót, eða þar til pastað er al dente og hefur dregið í sig megnið af vökvanum.

32. Slow Cooker Jambalaya

GERIR 6-8 SKÓMA

Hráefni

1 1/2 pund beinlaust kjúklingalæri, skolað, snyrt af umframfitu og skorið í 1 tommu teninga

3 tenglar Cajun reykt pylsa (um 14 aura samtals), skornar í 1/4 tommu þykkar umferðir

1 meðalstór laukur, saxaður

1 græn paprika, söxuð

1 sellerístilkur, saxaður

3 hvítlauksrif, söxuð

2 matskeiðar tómatmauk

1 tsk Creole krydd

1 tsk salt

1/2 tsk nýmalaður svartur pipar

1/2 tsk Tabasco sósa

1/2 tsk Worcestershire sósa

2 bollar kjúklingasoð

1 1/2 bollar langkorna hrísgrjón

2 pund miðlungs rækjur, skrældar og afvegaðar (valfrjálst)

Setjið öll hráefnin (nema rækjurnar, ef þær eru notaðar) í hægan eldavél. Hrærið saman, setjið lok á og eldið við lágan hita í 5 klukkustundir.

Ef þú notar rækjur skaltu hræra þeim varlega saman við eftir 5 klukkustundir eldunar og elda á háum hita í 30 mínútur til 1 klukkustund í viðbót, eða þar til rækjurnar eru tilbúnar en ekki ofeldaðar.

LAGNIAPPE

33. Crawfish Bisque

GERIR 4 SKÓMA

Hráefni

3 matskeiðar auk 1/2 bolli jurtaolíu, skipt

2 pund ferskt krabbafiskshalar, skipt, eða 2 frosnar (1 pund) pakkar, þiðnar, skiptar

1 laukur, saxaður og skipt niður

1 búnt grænn laukur, saxaður og skipt niður

1 græn paprika, saxuð og skipt

3 hvítlauksrif, söxuð og skipt

3/4 tsk salt, skipt

3/4 tsk nýmalaður svartur pipar, skipt

3/4 tsk kreólakrydd, skipt

2 bollar brauðrasp, búið til í matvinnsluvél úr frönsku brauði

1 egg, þeytt

2/3 bolli auk 1/2 bolli alhliða hveiti, skipt

5 bollar sjávarafurðakraftur eða vatn

2 matskeiðar tómatmauk

Klípið cayenne pipar, eða eftir smekk

2 bollar soðin langkornin hvít hrísgrjón

2 matskeiðar saxuð flatblaða steinselja

Hitið ofninn í 350°. Sprayið stóra ofnplötu með nonstick eldunarúða og setjið til hliðar.

Hitið 3 matskeiðar af olíunni á stórri pönnu og steikið helminginn af lauknum, grænum lauk, papriku og hvítlauk. Bætið 1 pund af krabbanum út í og steikið í 5 mínútur. Fjarlægðu blönduna í matvinnsluvél og malaðu í samkvæmni eins og malað kjöt. Setjið blönduna yfir í skál og bætið við 1/4 tsk af salti, 1/4 tsk af pipar, 1/4 tsk af kreólakryddinu, brauðmylsnunni og egginu og blandið vel saman.

Setjið 2/3 bolla af hveitinu í grunnt eldfast mót. Rúllaðu blöndunni í 1 tommu kúlur. Veltið kúlunum upp úr hveitinu og setjið þær á ofnplötu. Bakið, snúið kúlunum nokkrum sinnum, þar til þær eru ljósbrúnar yfir allt, um 35 mínútur. Setja til hliðar.

Hitið olíuna sem eftir er í miðlungs þungum potti yfir meðalháum hita. Bætið afganginum af hveitinu út í, hrærið stöðugt, þar til það fær hnetusmjörslit. Bætið afganginum af lauknum, paprikunni og hvítlauknum út í og eldið þar til það er hálfgagnsært. Bætið soðinu eða vatni, tómatmauki, salti, pipar og kreólakryddinu sem eftir er og cayenne piparnum út í og látið malla, undir loki, í 15 mínútur.

Hakkaðu krabbahalana sem eftir eru og bættu við kexið og haltu áfram að elda í 15 mínútur. Til að fá sléttan bisque, blandaðu saman með handþeytara. Bætið krabbakúlunum út í og látið malla í 5 mínútur í viðbót.

Berið fram í skálum yfir hrísgrjónunum. Stráið steinselju yfir.

34. Crawfish Étouffée

GERIR 8-10 SKAMMAR EÐA NÓG FYRIR mannfjöldann á veisluhlaðborði

Hráefni

3/4 bolli smjör eða jurtaolía

3/4 bolli alhliða hveiti

1 stór laukur, saxaður

1 búnt grænn laukur, saxaður, hvítir og grænir hlutar aðskildir

1 græn paprika, söxuð

3 sellerístilkar, saxaðir.

4 stór hvítlauksrif, söxuð

3 matskeiðar tómatmauk

6 bollar sjávarafurðakraftur eða vatn (sjá athugasemd)

1/2 tsk þurrkað timjan

3 lárviðarlauf

1 tsk Creole krydd

1 tsk salt

1 matskeið ferskur sítrónusafi

Cayenne pipar og nýmalaður svartur pipar, eftir smekk

2-3 punda krabbahalar með fitu

3 matskeiðar saxuð flatblaða steinselja

Soðin langkorna hvít hrísgrjón, til framreiðslu

Bræðið smjörið í stórum, þungum potti eða hitið olíuna yfir meðalhita. Bætið hveitinu út í og hrærið stöðugt í. Ef þú notar smjör skaltu elda rouxinn þar til hann verður ljóshærður eða gullinn. Ef þú notar olíu skaltu halda áfram að elda, hræra, þar til rouxinn er meðalbrúnn. Bætið lauknum, hvítu hlutunum af grænlauknum, paprikunni, selleríinu og hvítlauknum út í og steikið, hrærið, þar til það er hálfgagnsætt.

Bætið tómatmaukinu, soðinu eða vatni, timjan, lárviðarlaufum, kreólakryddi, salti og sítrónusafa út í, kryddið með cayenne og pipar og látið suðuna koma upp. Lækkið hitann, lokið á og látið malla í 20 mínútur, hrærið af og til og fjarlægið fitu ofan á. Bætið krákunni, steinseljunni og grænlauknum út í, látið suðuna koma upp, lækkið hitann og látið malla í 10 mínútur. Fjarlægðu lárviðarlaufin.

Þegar tilbúið er að bera fram, hitið varlega aftur og berið fram yfir hrísgrjónunum.

35. Crawfish Pies

GERIR 5 (5-tommu) EINSTAKAR BÖTUR

Hráefni

Nóg deig fyrir fjórar 9 tommu bökur (keypt í búð er fínt)

2 punda krabbahalar með fitu, skipt

6 matskeiðar smjör

6 matskeiðar alhliða hveiti

2 meðalstórir laukar, saxaðir

1 græn paprika, söxuð

4 hvítlauksrif, söxuð

2 bollar hálf og hálf

4 matskeiðar sherry

2 matskeiðar ferskur sítrónusafi

1 tsk salt

15 snúningur á svartri piparkvörn

1 tsk cayenne pipar

4 matskeiðar saxuð flatblaða steinselja

1 eggjahvíta, þeytt

Hitið ofninn í 350°.

Fletjið bökudeigið út í 1/8 tommu þykkt. Þú ættir að hafa nóg deig fyrir fimm 5 tommu tvöfalda skorpubökur. Til að fá rétta stærð fyrir botnskorpurnar, setjið eina af formunum á hvolf á deigið og skerið deigið 1 tommu frá brúninni á pönnunni. Efstu skorpurnar ættu að skera í 5 tommu til að passa best. Setjið neðstu skorpuna í bökuformin og haltu efstu skorpunum kalt í kæli.

Í matvinnsluvél, saxið helminginn af krabbahalunum þar til hann er næstum mölaður. Láttu hina heila.

Bræðið smjörið í miðlungs þungum potti eða stórri pönnu við meðalhita. Bætið hveitinu út í og hrærið stöðugt þar til rouxinn er ljósbrúnn. Bætið lauknum og paprikunni út í og steikið í um 5 mínútur. Bætið hvítlauknum út í og steikið í 1 mínútu í viðbót. Bætið við hálfu og hálfu, sherry, sítrónusafa, salti, pipar, cayenne og steinselju og eldið í 5 mínútur. Bætið söxuðu og heilu krabbanum út í og eldið í 5 mínútur í viðbót.

Fylltu hverja tilbúnu bökuskelina með um það bil 1 bolla af krabbafyllingunni. Hyljið með efstu skorpunum og krumpið brúnirnar. Skerið nokkrar rifur í efstu skorpuna og penslið með eggjahvítunni. Setjið kökurnar á kökuplötur og bakið þar til fyllingin er freyðandi og skorpurnar gullinbrúnar, um það bil 1 klukkustund.

36. Óhrein hrísgrjón

GERIR 8-10 SKÓMA

Hráefni

3 bollar vatn

1 1/2 bollar langkorna hvít hrísgrjón

1/4 plús 1 tsk salt, skipt

2 matskeiðar jurtaolía

1 laukur, saxaður

6 grænir laukar, saxaðir, hvítir og grænir hlutar aðskildir

1 græn paprika, söxuð

2 sellerístilkar, saxaðir

3 hvítlauksrif, söxuð

1 pund nautahakk

1 pund kjúklingalifur, saxað

1/2 tsk nýmalaður svartur pipar

1/2 tsk cayenne pipar

1/3 bolli saxuð flatblaða steinselja

Látið suðuna koma upp í meðalstórum potti. Bætið við hrísgrjónunum og 1/4 tsk af salti. Lækkið hitann í lágan, hyljið og eldið þar til allt vatnið hefur verið frásogast, um 20 mínútur.

Hitið olíuna í miðlungs þungum potti og steikið laukinn, hvítu hlutana af grænlauknum, paprikunni og selleríinu þar til það er hálfgagnsært. Bætið hvítlauknum út í og steikið í eina mínútu í viðbót. Bætið nautahakkinu út í og brúnið, hrærið. Bætið kjúklingalifrinum út í og haltu áfram að elda og hræra þar til nautakjötið og lifrurnar eru soðnar í gegn, um það bil 10 mínútur. Bætið piparnum og cayenne út í, setjið lok á og látið malla í 5 mínútur.

Hrærið steinseljunni og grænlauknum saman við. Blandið hrísgrjónunum varlega saman við. Berið fram með Louisiana heitri sósu til hliðar.

37. Egg Sardou

GERIR 4 SKÓMA

Hráefni

FYRIR HOLLANDAISE SÓSU

2 stórar eggjarauður

1 1/2 msk ferskur sítrónusafi

2 stangir ósaltað smjör

Salt og nýmalaður svartur pipar, eftir smekk

FYRIR EGGIN

2 (9 aura) pokar ferskt spínat

1 matskeið ólífuolía

1 tsk hakkaður hvítlaukur

1/3 bolli þungur rjómi

Salt og nýmalaður svartur pipar, eftir smekk

8 nýsoðnir eða niðursoðnir ætiþistlabotnar

2 matskeiðar hvítt edik

8 egg

Til að gera sósuna skaltu setja eggjarauður og sítrónusafa í blandara. Púlsaðu nokkrum sinnum til að blanda saman.

Bræðið smjörið í glerkönnu í örbylgjuofni, passið að sjóða það ekki. Hellið smjörinu smám saman út í eggjablönduna og blandið þar til þykk, rjómalöguð sósa myndast. Kryddið með salti og pipar.

Til að búa til eggin, undirbúið spínatið með því að steikja það í ólífuolíu í potti, hrærið, bara þar til það er visnað og enn skærgrænt. Hrærið rjómanum út í, kryddið með salti og pipar og haldið heitu.

Hitið ætiþistlabotna og haldið heitum.

Fylltu pönnu eða grunnan pott með 2 1/2 tommu af vatni. Bætið ediki út í og hitið í meðalheitt.

Brjótið 4 af eggjunum einu í einu í lítinn bolla og hellið þeim varlega í vatnið. Látið eggin malla þar til þau koma upp í vökvann og snúið þeim svo við með skeið. Eldið þar til hvítan hefur stífnað en eggjarauðan er enn rennandi. Fjarlægðu með sleif og þurrkaðu með pappírshandklæði. Endurtaktu með eggjunum sem eftir eru.

Skeið skammt af spínati á hvern af 4 diskum. Setjið 2 ætiþistlabotna á hvern disk ofan á spínatið og setjið egg á hvern ætiþistla. Hellið hollandaisesósunni yfir allt saman og berið fram strax.

38. Grits og Grillades

GERIR 6 SKÓMA

Hráefni

1 (3 punda) kringlótt nauta- eða kálfasteik, þeytt í um það bil 1/4 tommu þykkt

Salt og nýmalaður svartur pipar, eftir smekk

1 bolli alhliða hveiti

3/4 bolli jurtaolía, skipt

1 stór laukur, saxaður

1 græn paprika, söxuð

1 búnt grænn laukur, saxaður, grænir og hvítir hlutar aðskildir

3 hvítlauksrif, söxuð

1 stór tómatur, saxaður

1 matskeið tómatmauk

1/2 bolli rauðvín

3 bollar vatn

1 tsk rauðvínsedik

1/2 tsk þurrkað timjan

1 msk Worcestershire sósa

Salt, nýmalaður svartur pipar og kreólakrydd eftir smekk

3 matskeiðar saxuð flatblaða steinselja

Grjón til að bera fram 6, soðin samkvæmt pakkaleiðbeiningum

Skerið nautakjötið í um það bil 2 × 3 tommu bita. Kryddið báðar hliðar vel með salti og pipar.

Hitið 1/4 bolla af olíunni í stórri, þungri pönnu og setjið hveitið í grunna skál eða disk. Dýptu hvern steikarbita í hveiti, hristu afganginn af og brúnaðu á báðum hliðum. Flyttu kjötið yfir á pappírsþurrkur.

Bætið afganginum af olíunni á pönnuna og steikið laukinn, hvítu hlutana af grænlauknum, paprikunni og hvítlauknum þar til hann er hálfgagnsær. Bætið tómötum, tómatmauki, víni, vatni, ediki, timjan, Worcestershire sósu og kjöti út í og kryddið með salti, pipar og kreólakryddi. Látið suðuna koma upp. Lækkið hitann, setjið lok á og látið malla þar til kjötið er meyrt, um 1 1/2 klst. Bætið steinseljunni og grænlauknum saman við og berið fram yfir grjónunum.

39. Natchitoches kjötbökur

GERIR UM 24

Hráefni

2 matskeiðar jurtaolía

1 stór laukur, saxaður

6 grænir laukar, saxaðir

1 græn paprika, söxuð

3 hvítlauksrif, söxuð

1 pund nautahakk

1 pund svínakjöt

1 tsk Creole krydd

1/2 tsk salt

1/2 tsk nýmalaður svartur pipar

1/4 tsk cayenne pipar

1/4 bolli alhliða hveiti

1 pakki (2 skorpur) kældar bitaskorpur

2 eggjahvítur, þeyttar

Hitið olíuna í stórri, þungri pönnu. Bætið grænmetinu út í og steikið þar til það er hálfgagnsætt. Bætið kjötinu út í og eldið, hrærið af og til, við háan hita í nokkrar mínútur. Lækkið hitann og haltu áfram að elda, saxið kjötið með skeið þar til það er vel brúnt. Bætið við kryddi og hveiti og haltu áfram að elda í 10 mínútur. Takið af hitanum. Fyllinguna má búa til á undan og geyma í kæli þar til þú ert tilbúin að nota hana.

Þegar þú ert tilbúinn að gera bökurnar skaltu hita ofninn í 350°. Spray 2 kökublöð með nonstick eldunarúða.

Setjið kælda bitaskorpuna á flatt yfirborð og fletjið þær aðeins þynnri út. Notaðu meðalstóran kexskera til að skera út hringi. Settu hrúgafulla matskeið af fyllingunni á annan helming hvers hrings og skildu brúnina eftir. Þetta verður botninn á kökunni. Fylltu litla skál með vatni. Dýfðu fingri í vatnið og bleyttu brúnina á neðri helmingi deigsins og brjóttu toppinn yfir til að mynda veltu. Lokaðu brúnunum saman með tindunum á gaffli og settu kökurnar með um það bil 1 tommu millibili á tilbúnu kökublöðunum.

Penslið bökurnar með eggjahvítum og gerið nokkrar litlar rifur efst á hverja böku. Bakið þar til gullið er brúnt.

40. Oyster Artichoke Gumbo

GERIR 6-8 SKÓMA

Hráefni

3 tugir ostrur með víninu, auk auka áfengis, ef það er til staðar

1 stafur smjör

1/2 bolli alhliða hveiti

1 stór laukur, saxaður

6 grænir laukar, saxaðir, hvítir og grænir hlutar aðskildir

2 sellerístilkar, saxaðir

4 stór hvítlauksrif, söxuð

6 bollar ostruslíkjör og sjávarréttakraftur (eða, í klípu, kjúklingakraftur)

1 (14 únsu) dós þistilhjörtu í fjórða hluta, tæmd og skorin í hæfilega stóra bita

1/4 tsk cayenne pipar

1 tsk Creole krydd

1/2 tsk sellerísalt

1 tsk Worcestershire sósa

Salt og nýmalaður svartur pipar, eftir smekk

1 bolli hálf og hálf

2 matskeiðar saxuð flatblaða steinselja

Sigtið ostrurnar og geymið áfengið. Athugaðu ostrurnar fyrir skeljabrotum og settu til hliðar.

Bræðið smjörið við vægan hita í þungum potti og bætið hveitinu út í, hrærið stöðugt í, þar til það er þykkt og aðeins farið að verða brúnt (ljóst roux). Bætið lauknum, hvítu hlutunum af grænlauknum og selleríinu út í og steikið þar til það er visnað. Bætið hvítlauknum út í og steikið í eina mínútu.

Bætið ostrunni, soðinu, ætiþistlum, cayenne pipar, kreólakryddi, sellerísalti og Worcestershire sósu út í og kryddið með salti og pipar (byrjið með aðeins lítið magn af salti þar sem ostrurnar geta verið saltar). Lokið og látið malla í 10 mínútur. Bætið hálfu og hálfu út í, nálgist suðu og bætið ostrunum út í. Lækkið hitann og látið malla í nokkrar mínútur eða þar til ostrurnar krullast. Slökkvið á hitanum og hrærið grænlaukstoppunum og steinseljunni saman við. Stillið kryddið áður en það er borið fram.

41. Ostrusdressing

GERIR 8-10 SKÓMA

Hráefni

1 dagsgamalt franskbrauð, rifið í stóra bita

3 tugir ostrur, síaðar og áfengi frátekið

Ostru áfengi auk nóg kjúklinga- eða kalkúnakraft til að búa til 2 bolla

1 stafur smjör

1 laukur, saxaður

1 búnt grænn laukur, saxaður

3 sellerístilkar, saxaðir

3 hvítlauksrif, söxuð

3 matskeiðar saxuð flatblaða steinselja

1/2 tsk salt, eða eftir smekk

12 snúningur á svartri piparkvörn

1/2 tsk cayenne pipar, eða eftir smekk

1 tsk möluð salvía

2 egg, þeytt

Setjið brauðið í stóra skál, setjið soðið yfir og látið liggja í bleyti í 1 klst. Athugaðu ostrurnar og fjarlægðu skeljabrot.

Hitið ofninn í 350°. Bræðið smjörið á pönnu og steikið laukinn og selleríið þar til það verður gegnsætt. Bætið hvítlauknum út í og steikið í eina mínútu í viðbót. Bætið grænmetinu við brauðið ásamt steinselju, kryddi og eggjum. Blandið vel saman.

Dreifið dressingunni í 11 × 13 tommu ofnform eða 2 smærri og bakið þar til hún er blásin og gullinbrúnt ofan á, um það bil 45 mínútur.

42. Ostruspotta

GERIR 6 SKÓMA

Hráefni

2 tugir stórra eða 3 tugir lítilla ostrur, með áfenginu

1 bolli ferskir sveppir í sneiðum

1 matskeið smjör

4 matskeiðar jurtaolía

4 matskeiðar alhliða hveiti

6 grænir laukar, saxaðir, hvítir og grænir hlutar aðskildir

1/2 græn paprika, saxuð

1 sellerístilkur, saxaður

2 stór hvítlauksrif, söxuð

1/4 bolli andouille pylsa eða reykt skinka, hakkað í 1/4 tommu bita

1 tsk Creole krydd

1 tsk Worcestershire sósa

2 klattar af Tabasco sósu

2 matskeiðar saxuð flatblaða steinselja

Salt og nýmalaður svartur pipar, eftir smekk

2 bitaskorpar, heimabakaðar eða keyptar í kæli

1 eggjahvíta, þeytt

Sigtið ostrurnar og hellið áfenginu í stóran mælibikar; bæta við nægu vatni til að gera 1 bolla. Athugaðu ostrurnar fyrir skeljabrotum og settu til hliðar.

Hitið smjörið á lítilli pönnu og steikið sveppina þar til þeir eru mjúkir. Setja til hliðar.

Í stórum pönnu eða miðlungs potti, hitið olíuna yfir háum hita; bætið hveitinu út í og hrærið stöðugt þar til rouxinn byrjar að brúnast. Lækkið hitann í miðlungs og eldið, hrærið stöðugt í, þar til rouxinn er á litinn eins og mjólkursúkkulaði. Bætið lauknum, hvítu hlutunum af grænlauknum, paprikunni og selleríinu út í og eldið þar til það er visnað. Bætið hvítlauknum út í og eldið eina mínútu í viðbót. Bætið við ostrusölinu, pylsunni eða skinku, kreólakryddi, Worcestershire sósu og Tabasco sósu. Lokið, lækkið hitann í suðu og eldið í 15 mínútur.

Hækkið hitann í meðalháan og bætið sveppunum og ostrunum út í. Eldið þar til ostrurnar krullast, um 4 mínútur. Slökkvið á hitanum og hrærið grænlaukstoppunum og steinseljunni saman við. Kryddið með salti og pipar. Flott.

Hitið ofninn í 350°. Settu eina af skorpunum í tertudiskinn. Bætið ostrublöndunni út í og hyljið með efstu skorpunni, krusið brúnirnar. Skerið nokkrar rifur í efstu skorpuna til að losa um gufu og penslið skorpuna með eggjahvítunni. Bakið í 45 mínútur eða þar til deigið er brúnt.

43. Ostru Rockefeller Gumbo

GERIR 6 SKÓMA

Hráefni

1 lítri hrærðar ostrur með áfengi sínu, eða 3 tugir ostrur með 3-5 bollum af áfengi

1 stafur smjör

1/2 bolli alhliða hveiti

1 búnt grænn laukur, saxaður

1/2 bolli niðurskorin græn paprika

1/2 bolli saxað sellerí

1 tsk hakkaður hvítlaukur

1 (10 aura) kassi frosið hakkað spínat, þíðað

1/4 bolli söxuð fersk sæt basilíka

5 bollar ostruslíkjör og/eða sjávarafurðakraftur

2 matskeiðar Herbsaint eða Pernod

1/2 tsk kreólakrydd

Tabasco sósa, eftir smekk

2 tsk Worcestershire sósa

Hvítur pipar, eftir smekk

1/2 bolli saxuð flatblaða steinselja

1 bolli hálf og hálf

Salt, eftir smekk

Sigtið ostrurnar, geymið áfengið. Athugaðu ostrurnar og fargaðu hvers kyns skel. Setja til hliðar.

Bræðið smjörið í stórum, þungum potti. Bætið hveitinu út í og hrærið stöðugt við meðalhita til að gera ljóshært roux. Bætið lauknum, paprikunni og selleríinu út í og steikið þar til það er hálfgagnsært. Bætið hvítlauk, spínati og basilíku út í og steikið í eina mínútu í viðbót. Bætið ostrunni og/eða sjávarafurðakraftinum smám saman út í og hrærið þar til það er vel blandað. Bætið við Herbsaint eða Pernod, Creole kryddi, Tabasco sósu og Worcestershire sósu og kryddið með pipar. Lokið, lækkið hitann í lágan og látið malla í 15 mínútur.

Smakkið til og stillið kryddið. Bætið við salti á þessum tímapunkti, ef þarf, eftir því hversu salt ostrurnar eru. Bætið steinseljunni, hálfu og hálfu og ostrunum út í og látið malla þar til ostrurnar krullast, eina mínútu eða 2. Berið fram með miklu heitu frönsku brauði.

44. Karfaréttur Bouillon

GERIR 4-6 SKÓMA

Hráefni

1 (3 til 4 pund) fastur, hvítholdaður fiskur eins og karfi eða rauður

3 matskeiðar extra virgin ólífuolía

1 meðalstór laukur, saxaður

3 grœnir laukar, saxaðir

1/2 grœn paprika, saxuð

1 sellerístilkur, saxaður

3 hvítlauksrif, söxuð

1 stór tómatur, saxaður

1 (15 aura) dós tómatsósa

Safi úr 1 sítrónu

1 msk Worcestershire sósa

1/4 bolli rauðvín

1/2 tsk þurrkað timjan, eða 2 tsk hakkað ferskt

1/2 tsk þurrkuð basil, eða 2 tsk hakkað ferskt

1/2 tsk cayenne pipar

1 tsk sykur

Salt og nýmalaður svartur pipar, eftir smekk

2 matskeiðar saxuð flatblaða steinselja

Hitið ofninn í 350°. Fjarlægðu allar hreistur sem eftir eru á fiskinum og skolaðu vel. Þurrkaðu og settu í stórt eldfast mót með 2 tommu hliðum. Geymið í kæli þar til sósan er tilbúin.

Hitið olíuna í miðlungs þungum potti og steikið laukinn, paprikuna, selleríið og hvítlaukinn þar til hann er hálfgagnsær. Bætið tómötum, tómatsósu, sítrónusafa, Worcestershire sósu, víni, timjan, basil, cayenne pipar og sykri út í og kryddið með salti og pipar. Látið suðuna koma upp, lækkið hitann í lágan og látið malla undir loki í 30 mínútur.

Bætið steinseljunni út í, smakkið til og stillið kryddið.

Dreifið smá af sósunni á botninn á bökunarforminu. Stráið fiskinum salti og pipar yfir allt og setjið á pönnuna. Hyljið fiskinn með sósunni, setjið smá inni í líkamsholið. Bakið, án loks, í 30 mínútur, eða þar til fiskurinn er rétt tilbúinn í miðjunni (með því að nota hníf mun holdið á þykkasta hluta fisksins auðveldlega draga sig frá beininu). Hyljið með filmu og haldið heitu þar til borið er fram.

45. Rauðar baunir og hrísgrjón

GERIR 8-10 SKÓMA

Hráefni

1 pund þurrkaðar nýrnabaunir

2 matskeiðar jurtaolía

1 stór laukur, saxaður

1 búnt grænn laukur, saxaður, hvítir og grænir hlutar aðskildir

1 græn paprika, söxuð

2 sellerístilkar, saxaðir

4 hvítlauksrif, söxuð

6 bollar vatn

3 lárviðarlauf

1/2 tsk þurrkað timjan

1 tsk Creole krydd

1 skinkubein með skinku á, helst, eða 2 skinkuhár eða 1/2 pund skinkubitar

Salt og nýmalaður svartur pipar, eftir smekk

1 pund reykt pylsa, skorin í 1/2 tommu þykka hringi

2 matskeiðar saxuð flatblaða steinselja, auk meira til að bera fram

Soðin langkorna hvít hrísgrjón, til framreiðslu

Setjið baunirnar í stóran pott, hyljið með vatni, leggið í bleyti yfir nótt og látið renna af.

Hitið olíuna í stórum, þungum potti og steikið laukinn, hvíta hluta græna lauksins, paprikuna, selleríið og hvítlaukinn.

Brúnið pylsuna á stórri pönnu. Setja til hliðar.

Bætið baununum, vatni, lárviðarlaufum, timjani, kreólakryddi og skinku út í pottinn og látið suðuna koma upp. Lækkið hitann, setjið lok á og látið malla í 2 klukkustundir, hrærið af og til og bætið pylsunni út í 30 mínútum áður en eldun er lokið.

Fjarlægðu lárviðarlaufin, hrærðu steinseljunni út í og berðu fram í skálum með hrísgrjónunum. Stráið skálum með meiri steinselju, ef vill.

46. Rækjur og grjón

GERIR 6 SKÓMA

Hráefni

3 pund stórar rækjur (um 15 til 20 pund), skrældar og veiddar

5 matskeiðar smjör, skipt

8 grænir laukar, saxaðir

5 stór hvítlauksrif, söxuð

Börkur og safi úr 1 sítrónu

1/3 bolli þurrt hvítvín

1 msk Worcestershire sósa

1 tsk ítalskt krydd

Nýmalaður svartur pipar, eftir smekk

1/2 tsk auk 1/4 tsk salt, skipt

1 tsk Creole krydd

2 matskeiðar saxuð flatblaða steinselja

1 bolli hraðkorn

4 1/4 bollar vatn

1/4 bolli nýrifinn parmesan

Bræðið 4 matskeiðar af smjörinu í stórri, þungri pönnu við meðalhita. Bætið lauknum og hvítlauknum út í og steikið þar til það er visnað. Bætið rækjunum út í og steikið, hrærið í, í nokkrar mínútur þar til þær verða bleikar. Bætið sítrónuberki og safa, víni, Worcestershire sósu, ítölsku kryddi, pipar, kreólakryddi og 1/2 tsk af salti út í og látið malla í um það bil 3 mínútur. Ekki ofelda rækjurnar. Takið af hellunni og stráið steinselju yfir.

Til að elda grjónin, láttu vatnið sjóða í stórum potti og bætið grjónunum saman við í jöfnum straumi á meðan hrært er. Bætið salti sem eftir er út í. Lokið, lækkið hitann í lágan og látið malla í um það bil 10 mínútur. Takið af hellunni og hrærið parmesan og afganginum af smjörinu saman við. Berið rækjurnar fram yfir grjónin á diskum eða í skálum.

47. Rækju Rémoulade

GERIR 6-8 SKÓMA

Hráefni

1/2 bolli saxaður grænn laukur

1/2 bolli saxað sellerí

1/4 bolli saxuð flatblaða steinselja

2 hvítlauksrif, söxuð

1/2 bolli fersk piparrót (finnst í kælihluta matvöruverslana)

1/2 bolli tómatsósa

3/4 bolli kreóla sinnep

2 matskeiðar Worcestershire sósa

3 matskeiðar ferskur sítrónusafi

1/8 tsk cayenne pipar

Salt, nýmalaður svartur pipar og cayenne pipar eftir smekk

3 pund stórar afhýddar og skrældar rækjur

Rifið salat, um 4 bollar

Blandið öllum hráefnunum saman í skál nema rækjunni og salatinu og blandið vel saman. Smakkið til og stillið kryddið.

Nokkrum klukkustundum áður en hún er borin fram skaltu setja rækjurnar í stóra skál. Hrærið sósunni smám saman út í þar til þéttleikinn er eins og þú vilt. Sumir kjósa kannski alla klæðnaðinn og aðrir minna. Berið fram yfir rifnu salati.

48. Piparhlaup

GERIR 8-10 LÍTLAR KRUKUR

Hráefni

6-8 stórar jalapeño paprikur, söxaðar, til að gefa 1/2 bolli

1/3 bolli söxuð græn paprika

6 1/2 bollar sykur

1 1/2 bollar rauðvínsedik

1 (6 aura) flaska Certo eða 2 (3 aura) pakkar

6 dropar rauður eða grænn matarlitur

Fjarlægðu stilka og fræ af paprikunni og saxið mjög fínt eða vinnið í matvinnsluvél. Blandið öllum hráefnunum nema Certo saman í meðalstóran pott og blandið vel saman. Látið suðuna koma upp og sjóðið í 2-3 mínútur, hrærið oft. Takið af hellunni og hrærið Certo út í. Hellið í sótthreinsaðar hlaupkrukkur og innsiglið.

Berið fram yfir rjómaosti til að dreifa á kex.

49. Fylltir Mirlitons

GERIR 6-8 SKÖMMINGAR (1-2 MIRLITON HJÁLFAR Á SKAÐI)

Hráefni

6 mirlitons

7 matskeiðar smjör, skipt

1 meðalstór laukur, saxaður

1 búnt (6-8) grænir laukar, saxaðir, hvítir og grænir hlutar aðskildir

2 sellerístilkar, saxaðir

4 hvítlauksrif, söxuð

1 tsk ítalskt krydd

1 tsk Tabasco sósa

1 matskeið ferskur sítrónusafi

Salt og nýmalaður svartur pipar, eftir smekk

2 pund meðalstórar rækjur, afhýddar og afvegaðar, eða 1 pund afhýddar frosnar rækjur, þiðnar

1 pund krabbakjöt

1 1/4 bollar ítalskt brauðrasp, skipt

Í stórum potti, sjóðið mirlitons í heilu lagi þar til þeir eru mjúkir þegar þeir eru festir með gaffli, um það bil 1 klukkustund. Tæmdu og kældu.

Á meðan skaltu bræða 4 matskeiðar af smjörinu í stórri pönnu. Bætið lauknum, hvítu hlutunum af grænlauknum og selleríinu út í og steikið þar til það er gegnsætt. Bætið hvítlauknum út í og steikið í eina mínútu í viðbót. Bætið kryddinu og sítrónusafanum út í og takið af hellunni.

Skerið mirlitons í tvennt eftir endilöngu og fjarlægðu fræin. Skerið holdið út og skilið eftir um það bil 1/4 tommu þykkt skel. Bætið mirliton kjötinu á pönnuna og látið malla í um það bil 5 mínútur. Hrærið rækju- og grænlaukstoppunum saman við og eldið, hrærið, þar til rækjurnar verða bleikar. Blandið saman við 1/2 bolla ítalska brauðmylsnu og krabbakjöti, hrærið varlega þannig að krabbakjötið haldist í bitum.

Klæðið smurða ofnplötu með mirliton skeljum. Fylltu skeljarnar með sjávarréttablöndunni og stráðu 1 matskeið af brauðmylsnunni yfir hverja. Skerið afganginn af smjörinu í litla bita og doppið ofan á mirlitons.

Bakið þar til brúnt ofan á, um 30 mínútur. Eða brúnið undir kálinu á síðustu mínútum eldunar. Berið fram strax.

50. Skjaldbaka Gumbo

GERIR 6 SKAÐA SEM FORRÖÐUR, 12 SKAMMAR SEM FORRETUR

Hráefni

2 pund beinlaust skjaldbökukjöt, skorið í 1 tommu bita

Salt og nýmalaður svartur pipar, eftir smekk

10 matskeiðar smjör, skipt

5 bollar vatn

2 meðalstórir laukar

2 grænar paprikur

3 sellerístilkar

6 stór hvítlauksrif

1/2 bolli alhliða hveiti

1 1/2 bollar tómatsósa

1 tsk Creole krydd

1/2 tsk þurrkað timjan

1/2 tsk ítalskt krydd

3 lárviðarlauf

1/2 tsk salt

1/2 tsk nýmalaður svartur pipar

2 matskeiðar Worcestershire sósa

1/2 tsk Tabasco sósa

Safi úr 1 sítrónu

1/2 bolli gæða sherry, auk auka til að bera fram

4 bollar saxað spínat

3 matskeiðar saxuð flatblaða steinselja

4 harðsoðin egg, saxuð

Stráið kjötinu létt með salti og pipar.

Hitið 2 matskeiðar af smjörinu í stórum, þungum potti og brúnið kjötið í skömmtum á öllum hliðum, takið eina lotu á disk til að brúna þá næstu.

Setjið allt kjötið aftur í pottinn, setjið vatnið yfir og látið suðuna koma upp. Lækkið hitann í lágan, lokið á og látið malla í um 1 klukkustund, eða þar til kjötið er meyrt. Takið kjötið á diskinn og sigtið og geymið soðið.

Þegar kjötið er orðið nógu kalt til að hægt sé að meðhöndla það, rifið það niður með fingrunum og skerið það í fína teninga. Þú gætir viljað gera þetta í matvinnsluvélinni. Setja til hliðar.

Saxið laukinn, paprikuna, selleríið og hvítlaukinn smátt í matvinnsluvél. Setja til hliðar.

Skolaðu og þurrkaðu sama pott og þú notaðir til að elda skjaldbökukjötið. Bræðið smjörið sem eftir er í pottinum við lágan hita; bætið hveitinu út í og eldið, hrærið stöðugt, til að gera roux á litinn eins og mjólkursúkkulaði, um það bil 10 mínútur. Bætið niðurskornu grænmetinu út í og eldið þar til það er mjög visnað. Bætið tómatsósunni út í og eldið í um 5 mínútur. Bætið soðinu, kreólakryddi, timjan, ítölsku kryddi, lárviðarlaufum, salti, pipar, Worcestershire sósu, Tabasco sósu og sítrónusafa út í. Eldið, þakið, við miðlungs lágan hita í 30 mínútur.

Bætið við sherry, spínati og steinselju og eldið í 10 mínútur í viðbót. Fjarlægðu lárviðarlaufin og hrærðu eggjunum saman við.

Berið fram í skálum og framhjá auka sherry.

51. Hrísgrjón og baunir með steiktum eggjum

Skammtar: 4

HRÁEFNI

3/4 bolli langkorna hvít hrísgrjón

Kosher salt

2 matskeiðar canola olía

1 lítill gulur laukur, skorinn í litla teninga

1/2 miðlungs rauð paprika, fræhreinsuð og skorin í teninga

2 stór hvítlauksrif, söxuð

1/2 tsk malað kúmen

1/4 bolli niðursoðin tómatsósa

15 aura dós af pinto baunum, tæmd og skoluð

3 matskeiðar Salsa Lizano

Nýmalaður svartur pipar

8 stór egg

2 matskeiðar saxað ferskt kóríander

LEIÐBEININGAR

Setjið hrísgrjónin, stóra klípu af salti og 1-1/2 bolla af vatni í 3 lítra pott. Látið suðuna koma upp við miðlungsháan hita, lækkið hitann í lágan hita, setjið lok á og eldið þar til hrísgrjónin hafa gleypt vatnið og eru mjúk í um það bil 15 mínútur. Takið af hellunni og setjið til hliðar með lokið á.

Á meðan skaltu hita 1 matskeið af olíunni í 4-litra potti yfir miðlungs hita. Bætið við lauknum, paprikunni, hvítlauknum og smá salti; eldið, hrærið af og til þar til það er mýkt, um það bil 3 mínútur. Bætið kúmeninu út í og eldið þar til það er ilmandi, um 30 sekúndur. Bætið tómatsósunni út í og hrærið í 1 mínútu.

Bætið baununum og 1 bolla af vatni út í og látið malla þar til vökvinn minnkar niður í baunirnar, um það bil 4 mínútur.

Bætið hrísgrjónunum við baunirnar og blandið vel saman. Hrærið Salsa Lizano saman við og smakkið til með salti og pipar. Halda hita.

Hitið hina 1 matskeið af olíu sem eftir er af olíu í 12 tommu non-stick pönnu yfir miðlungs hita, hrærið pönnuna þannig að hún hjúpist jafnt. Brjótið eggin varlega í pönnuna. Kryddið með salti og pipar, setjið lok á og eldið þar til brúnir eggjarauðunna eru nýbyrjaðar að stífna, 2 til 3 mínútur. Skiljið eggin að með brúninni á spaða.

Til að bera fram, setjið hrúgafulla skeið af hrísgrjónum og baunum á disk og setjið 2 egg ofan á. Stráið kóríander yfir.

Berið fram með Jícama, Avocado, Radish & Appelsínusalati með Cilantro, eða einföldu grænu salati.

52. Huevos Rancheros morgunmatur pottur

Skammtar: 8

Þviðgerðartími: 25 mínútur

Eldunartími: 1 klst

HRÁEFNI

1 pakki pinto baun og langkorna hrísgrjón blanda

2 matskeiðar ósaltað smjör

2 matskeiðar grænmetis- eða kanolaolía, eða eftir þörfum

12 maístortillur

15 aura dós af enchiladasósu

½ tsk malað kúmen

½ tsk hvítlauksduft

½ tsk chili duft

2 bollar rifinn cheddar ostur eða mexíkóskur blanda ostur

8 stór egg

Kosher salt og nýmalaður pipar eftir smekk

Að þjóna:

1 bolli salsa

1 avókadó, þunnt sneið

½ bolli sýrður rjómi

4 laukar, skornir og skornir í sneiðar

½ bolli kórianderlauf

LEIÐBEININGAR

Forhitið ofninn í 425°F. Smyrjið 13 x 9 tommu ofnform eða úðið með eldunarúða sem festist ekki. Setjið baunirnar og hrísgrjónablönduna í meðalstóran pott með 2 ½ bolla af vatni og smjöri.

Látið suðuna koma upp við meðalháan hita, lækkið hitann aðeins, setjið lok á og látið malla í um 20 til 25 mínútur, þar til hrísgrjónin eru mjúk, passið að hræra í af og til. Takið af hellunni og látið standa í 5 mínútur. Fjarlægðu lokið og ló með gaffli og settu til hliðar.

Á meðan hrísgrjónin og baunirnar eru að eldast, undirbúið tortillurnar. Settu pappírshandklæði á vinnuborð. Hitið 1 teskeið af olíunni á pönnu yfir miðlungsháum hita og eldið tortillurnar eina í einu, í um það bil 1 til 2 mínútur á hvorri hlið, eða þar til þær eru aðeins stökkar og brúnaðar í blettum.

Þegar þau eru soðin skaltu flytja þau yfir í pappírshandklæði. Bætið við meiri olíu, 1 teskeið í einu eftir þörfum þar til allar tortillurnar eru soðnar.

Blandið enchiladasósunni saman við kúmenið, hvítlauksduftið og chiliduftið. Leggðu helming af tortillunum í neðst á tilbúnu pönnunni og skarast þær til að hylja botninn á pönnunni. Hellið helmingnum af enchiladasósunni yfir og stráið síðan helmingnum af ostinum yfir. Dreifið bauna- og hrísgrjónablöndunni yfir ostinn. Endurtaktu að setja tortillurnar, enchiladasósuna og ostinn í lag.

Notaðu skeið og fingurna til að búa til 8 jafnt dreifða litla brunna efst á pottinum, brjóta göt í gegnum efsta lagið af tortillum svo að eggin fái nóg pláss til að sökkva í innskot þeirra. Notaðu skeiðina og fingurna til að búa til þessa brunna, sem gerir þá um 1 tommu djúpa. Brjótið eggin varlega ofan í holurnar og kryddið með salti og pipar.

Bakið þar til hvítan af eggjunum hefur stífnað, en eggjarauðan er enn laus og rennandi í um 25 mínútur.

Berið eggin fram með salsa, avókadó, sýrðum rjóma, lauk og kóríanderlaufum. Þú getur skipt öllu ofan á bökuðu pottinn, eða skeið út einstaka skammta og látið alla toppa sinn disk eins og þeir vilja.

53. Mangó og baunir morgunmatur Burrito skál

Undirbúningstími: 15 mínútur

Eldunartími: 45 mínútur

Skammtar: 4

HRÁEFNI

1 lota af langkornum grænum hrísgrjónum, soðin

15 aura dós af pinto baunum, skoluð og tæmd

2 þroskuð mangó, skorin í teninga

1 avókadó, skorið í teninga eða sneið

1 rauð paprika, skorin í teninga

1 bolli maís, grillaður, hrár eða steiktur

½ bolli kóríander í teningum

¼ bolli niðurskorinn rauðlaukur

1 jalapeño, skorinn í sneiðar

Umbúðir:

Jalapeño cilantro mangó

Cilantro lime

Jalapeño kasjúhnetusósa

LEIÐBEININGAR

Þegar þú ert búinn skaltu skipta hrísgrjónunum á milli fjögurra skála, skiptu síðan baunum, mangó, avókadó, rauðri papriku, maís, kóríander, rauðlauk og jalapeño sneiðum jafnt á milli skálanna.

Berið fram með limebátum.

54. Slow Cooker Fylltar paprikur

Heildartími: 60 mínútur

Skammtar: 4

HRÁEFNI

2 tsk avókadóolía

1 sætur laukur, skorinn í teninga

2 sellerí, sneið

4 hvítlauksgeirar, saxaðir

1 matskeið chiliduft

2 tsk kúmen

1 1/2 tsk þurrkað oregano

2 bollar langkorna hvít hrísgrjón, soðin og kæld

1 bolli frosnir maískorn

1 tómatur, skorinn í teninga

1 dós af pinto baunum, skoluð og skoluð

1 chipotle pipar í adobo

salt

5 paprikur

1 dós enchiladasósa

pepper jack ostur, rifinn

LEIÐBEININGAR

Hitið olíu á stórri pönnu yfir meðalháum hita. Bætið lauknum og selleríinu út í og eldið, hrærið oft, í um það bil 5 mínútur. Bætið hvítlauknum út í og eldið í 30 sekúndur eða svo og takið af hitanum.

Bætið kryddinu út í og hrærið vel. Bætið hrísgrjónum, baunum, maís, tómötum, chipotle pipar, 1/4 bolli af enchiladasósu og laukblöndu í stóra skál. Hrærið vel og kryddið með salti og pipar.

Skerið toppana af paprikunni og fjarlægðu fræin og rifin. Fyllið með hrísgrjónablöndunni, pakkið létt. Ég fyllti mitt hálfa leið, bætti smávegis af osti við og kláraði svo að fylla. Ekki setja ost ofan á ennþá. Settu fylltu paprikurnar í hæga eldavélina.

Bætið um það bil 1/2 tommu af vatni í krækjuna og gætið þess að fá ekki vatn í paprikuna. Eldið á lágum hita í um 4 klukkustundir. Um 15 mínútum áður en þær eru tilbúnar er lag af osti bætt við hverja papriku og látið eldast.

Berið paprikuna fram með restinni af enchiladasósunni og aukaosti ef vill. Njóttu!

55. Blandað Bean og Rice Dip

Skammtar: 10 til 12

HRÁEFNI

Fyrir ídýfuna:

15 aura dós af pinto baunum, skoluð og tæmd

15 aura dós af svörtum baunum, skoluð og tæmd

15 aura dós af navy baunum, skoluð og tæmd

1 bolli soðin hvít hrísgrjón

1 bolli niðurskorinn tómatur

1/2 bolli hægeldaður laukur

3 bollar rifinn Cheddar-Monterey Jack blanda

2 matskeiðar fínt skorinn súrsaður jalapeño

1/2 tsk malað kúmen

1/2 tsk hvítlauksduft

1/8 tsk cayenne pipar

Kosher salt og nýmalaður pipar

Til framreiðslu:

Tortilla flögur

Sýrður rjómi

Salsa

LEIÐBEININGAR

Hitið ofninn í 400°.

Í stórri skál skaltu sameina baunir, hrísgrjón, tómata, lauk, 2 bolla af osti, jalapeño og kryddi. Kryddið ríkulega með kosher salti og pipar.

Hellið í smurða 10 tommu steypujárnspönnu eða kringlótt eldfast mót. Hyljið með álpappír og eldið í 30 mínútur.

Takið úr ofninum og takið álpappírinn af. Stráið hinum 1 bolla af osti yfir og haltu áfram að baka þar til osturinn er bráðinn, um það bil 5 - 10 mínútur í viðbót.

Berið fram heitt með tortilluflögum, sýrðum rjóma og salsa.

56. Pinto baunir og hrísgrjónakúlur

Skammtar: 30

HRÁEFNI

1 dós af pinto baunum skoluð og tæmd

1 bolli soðin langkornin hvít hrísgrjón

1 egg

1/4 tsk kosher salt meira eftir smekk

1/4 tsk kúmen

klípa af cayenne meira eftir smekk

1-2 matskeiðar ólífuolía

Smoky Chipotle dýfingarsósa

LEIÐBEININGAR

Settu skoluðu baunirnar í stóra blöndunarskál. Maukið með kartöflustöppu þar til þær mynda mauk. Bætið hrísgrjónum, kúmeni og cayenne út í. Hrærið til að blanda saman og smakkið til.

Bætið egginu út í og vinnið með höndunum eða stórri skeið til að blandast vel saman.

Notaðu litla ausu eða skeið til að mynda kúlurnar og hringdu þær síðan varlega með fingurgómunum. Mótið allar kúlur og setjið þær á stóran disk eða skurðbretti. Hitið um matskeið af olíu í stórri pönnu yfir miðlungsháum hita. Eldið kúlurnar á pönnu þar til þær eru léttbrúnar á hvorri hlið. Þetta tók nokkrar mínútur á hvorri hlið, snúið þeim 2-3 sinnum hvor.

Ef þú ert ekki kunnugur því að elda hluti í lotum, hér er ábending.

Byrjaðu að setja hrísgrjónakúlurnar þínar á pönnuna, við ytri brúnina, við hlið handfangsins. Farið réttsælis í kringum pönnuna og fyllið svo í miðjuna.

Eftir að kúlurnar hafa brúnast, takið þær af pönnunni og setjið þær á hreinan disk. Tjaldið lauslega með filmu til að halda hita. Eldið afganginn af kúlunum og berið svo fram volgar. Njóttu!

57. Djúpsteiktar baunir, hrísgrjón og pylsukúlur

HRÁEFNI:

1 bolli soðin langkorna hrísgrjón

1 bolli af pinto baunum, soðnar þar til þær eru kremaðar

4 grænir laukar í þunnar sneiðar

4 matskeiðar fínt söxuð pylsa

1 bolli auk 2 matskeiðar þurrkaðir brauðrasp í allt

2 tsk heit sósa - að eigin vali

2 egg í allt

1 bolli alhliða hveiti

1/2 bolli mjólk

olía til djúpsteikingar

Kreóla dýfingarsósa:

1 hluta majónes

1 hluta kreóla sinnep

LEIÐBEININGAR:

Blandið hrísgrjónum, baunum, lauk, pylsum og 2 matskeiðum af brauðrasp. Stráið heitri sósu yfir og hrærið síðan einu eggi saman við til að mynda þétt deig.

Þeytið mjólk og eggið sem eftir er til að gera eggþvott.

Myndaðu litlar kúlur úr baunum, hrísgrjónum og pylsum. Veltið upp úr hveiti, þekið síðan með eggjaþvotti og rúllið í afganginum af brauðmylsnu.

Hitið olíu í 360 gráður F og steikið þar til hún er gullinbrún. Tæmið á pappírshandklæði og berið fram strax með Creole dýfingarsósu, eða uppáhalds dýfingarsósunni þinni.

Creole dýfingarsósa: Blandið einum hluta majónesi saman við einn hluta Creole sinnep og berið fram með baununum og hrísgrjónakúlunum.

58. Langkorna hrísgrjón og pinto baunir

Pbótatími: 30 mínútur

Eldunartími: 10 til 30 mínútur

Skammtar: 4

HRÁEFNI

50ml/2fl oz. grænmetisolía

1 laukur, smátt saxaður

300ml/10½ oz. langkorna hrísgrjón

400ml/14½ oz. vatn

400ml/14½ oz. kókosmjólk

400g/14¼oz Dós pinto baunir, skolaðar og tæmdar

3 matskeiðar ferskt timjan

salt og nýmalaður svartur pipar

ferskt kóríander, til að skreyta

LEIÐBEININGAR

Hitið olíuna á pönnu og steikið laukinn þar til hann verður gegnsær.

Bætið hrísgrjónunum út í, hrærið vel og bætið vatni og kókosmjólk út í. Látið suðuna koma upp.

Bætið pinto baununum og timjaninu út í, látið malla og lokið í um 20 mínútur þar til hrísgrjónin eru soðin. Kryddið með salti og nýmöluðum svörtum pipar.

Berið fram skreytt með kóríander.

59. Lime kjúklingur með eggjasteiktum langkorna hrísgrjónum

Pbótatími: 30 mínútur

Eldunartími: 10 til 30 mínútur

Skammtar: 2

HRÁEFNI

Fyrir Kjúklinginn

2 roðlausar kjúklingabringur

2 matskeiðar sesamolía

2 tsk jurtaolía

2 matskeiðar sojasósa

2 hvítlauksgeirar, smátt saxaðir

½ sítróna, rifinn börkur og safi

salt og nýmalaður svartur pipar

1 matskeið glært hunang

Fyrir The Rice

2 matskeiðar jarðhnetuolía

2-3 tsk sesamolía

2 egg úr lausagöngu, létt þeytt

skvetta sojasósu

2 vorlaukar, smátt saxaðir

50g/2oz pinto baunir, soðnar

150g/5oz langkorna hrísgrjón, soðin

salt og nýmalaður svartur pipar

3-4 matskeiðar saxað kóríander

limebátar, til að bera fram

LEIÐBEININGAR

Til að fiðrilda leggja kjúklingabringurnar þær á borð og nota beittan hníf til að skera niður samsíða skurðborðinu þrjá fjórðu af leiðinni í gegnum hverja bringu.

Opnaðu hverja kjúklingabringu svo þú hafir tvær stórar, þynnri kjúklingabringur.

Settu þau í skál með einni matskeið af sesamolíu, jurtaolíunni, sojasósu, hvítlauk, sítrónuberki og safa.

Kryddið með salti og nýmöluðum svörtum pipar og blandið saman. Blandið hunanginu saman við sesamolíuna sem eftir er í sérstakri skál.

Hitið pönnu yfir miðlungsháan hita þar til reykt er, leggið þá kjúklinginn á pönnu og eldið í 2-3 mínútur á hvorri hlið, penslið hann einu sinni eða tvisvar með hunangs- og sesamblöndunni.

Þegar það er búið á kjúklingurinn að vera kolgrillaður að utan og alveg eldaður í gegn. Látið hvíla í 2-3 mínútur.

Á meðan, fyrir hrísgrjónin, hitið wok við háan hita og bætið síðan við jarðhnetunni og einni teskeið af sesamolíu. Þegar olían byrjar að ljóma bætið við eggjunum og eldið, hrærið allan tímann, í 1-2 mínútur eða þar til þau eru hrærð.

Ýttu eggjunum á hliðina á pönnunni og bættu við smá sesamolíu, sojasósunni, vorlauknum og pinto baunum og eldaðu í eina mínútu, bættu svo hrísgrjónunum við og kryddaðu með salti og nýmöluðum svörtum pipar.

Eldið, hrærið stöðugt í, í 3-4 mínútur, eða þar til það er orðið heitt. Hrærið í gegnum kóríander.

Til að bera fram, helltu hrísgrjónunum á diska. Skerið kjúklinginn á ská í þunnar strimla og leggið ofan á hrísgrjónin. Toppið með limebát.

60. Langkornið Rice Hoppin' John

Pbótatími: 30 mínútur

Eldunartími: 30 mínútur til 1 klukkustund

Skammtar: 4

HRÁEFNI

2 matskeiðar jurtaolía

300g/10½oz soðið og rifið beikon

1 grœn paprika, smátt skorin

1 rauð paprika, smátt skorin

1 rauðlaukur, smátt saxaður

3 sellerístangir, smátt saxaðir

4 hvítlauksrif, mulin

1 tsk þurrkaðar chiliflögur

2 lárviðarlauf

1 lítri/1¾ pint af kjúklinga- eða grœnmetiskrafti

400g/14oz dós pinto baunir, tœmdar og skolaðar

225g/8oz langkorna hrísgrjón

2 matskeiðar kreóla eða alhliða krydd

salt og nýmalaður svartur pipar

Að þjóna

handfylli af flatlaufum steinseljulaufum, smátt saxað

búnt vorlauk, smátt saxað

LEIÐBEININGAR

Hitið olíuna á stórri pönnu við meðalhita.

Bætið beikoni á pönnuna og steikið þar til það er stökkt. Takið af með sleif og hellið af á eldhúspappír.

Bætið lauknum, paprikunni, selleríinu, hvítlauknum, chiliflögunum, lárviðarlaufunum, kreólakryddinu, salti og pipar á pönnuna og steikið á lágum til meðalhita þar til það er mjúkt.

Hellið soðinu út í og látið suðuna koma upp.

Bætið hrísgrjónum, baunum og beikoni út í og hrærið vel. Lokið og látið malla í 20 mínútur, eða þar til hrísgrjónin eru mjúk og mestur vökvinn hefur verið frásogaður.

Skiptið á milli framreiðsluskála, stráið steinselju og vorlauk yfir og berið fram.

61. Pinto baunir og hrísgrjón innblásnar af Mexíkó

Undirbúningstími: 25 mínútur

Eldunartími: 20 mínútur

Skammtar: 8

HRÁEFNI

1 msk kjúklingabaunir

3 matskeiðar tómatmauk

1 tsk möluð kóríanderfræ

1 tsk salt

½ tsk hvítlauksduft

¼ tsk pipar

3½ bollar vatn

2 bollar langkorna hvít hrísgrjón, skoluð með netsíi

1 rauð paprika, útskorin, fræhreinsuð og skorin í teninga

¼ bolli smátt saxaður rauðlaukur

1 jalapeño, stilkaður, fræhreinsaður og smátt skorinn

2 matskeiðar fínt saxað kóríander

15 aura dós af pinto baunum, tæmd og skoluð

LEIÐBEININGAR

Bætið kjúklingabotni, tómatmauki, kóríander, salti, hvítlauksdufti og pipar í pott; þeyta til að sameina.

Hrærið vatni smám saman út í, bætið hrísgrjónum saman við og hrærið til að blanda saman. Setjið pott yfir meðalháan hita og látið suðuna koma upp, hrærið af og til.

Lækkið hitann í miðlungs lágt, hyljið. Haltu áfram að elda þar til vökvinn hefur verið frásogaður, hrærið af og til, um 12-15 mínútur. Takið af hitanum og látið standa undir loki í nokkrar mínútur.

Setjið hrísgrjón í stóra skál og bætið papriku, lauk, jalapeño og kóríander saman við; hrærið til að blanda saman.

Hrærið baunum varlega saman við og berið fram.

62. Pinto baunir og hrísgrjón með kóríander

Undirbúningstími: 5 mínútur

Eldunartími: 25 mínútur

Skammtar 6

HRÁEFNI

Fyrir hrísgrjónin:

1 bolli langkorna hvít hrísgrjón

1 matskeið ólífuolía

8 únsur. dós af tómatsósu

1 rauð paprika kjarnhreinsuð, fræhreinsuð og skorin í fjórða

1 1/2 bollar kjúklingakraftur eða grænmetissoð

3/4 tsk kosher salt

1 tsk hvítlauksduft

1/4 tsk chili duft

1/4 tsk kúmen

1/2 bolli niðurskornir tómatar

2 matskeiðar saxað kóríander til skrauts

Fyrir baunirnar:

15 aura dós af pinto baunum tæmd og skoluð

1/2 bolli kjúklingakraftur eða grænmetissoð

1 matskeið tómatmauk

3/4 tsk salt

3/4 tsk chili duft

1/2 bolli pico de gallo til skrauts

LEIÐBEININGAR

Fyrir hrísgrjónin:

Hitið ólífuolíuna í 2 lítra potti yfir miðlungshita. Bætið hrísgrjónunum út í og hrærið þar til hrísgrjónin eru húðuð í olíunni. Eldið í um 5 mínútur eða þar til hrísgrjónin eru ristuð og ljósbrúnt.

Bætið öllum hráefnunum sem eftir eru saman við.

Setjið pottinn aftur í brennarann og látið suðuna koma upp.

Lokið pottinum og stillið hitann í lágmark; elda í 17 mínútur.

Takið pottinn af hitanum og látið standa, þakinn í 5 mínútur. Fjarlægðu og fargaðu papriku. Hrærið vel saman. Skreytið með tómötum og grænum lauk ef vill.

Fyrir baunirnar:

Setjið öll hráefnin á pönnu við meðalháan hita og látið suðuna koma upp. Eldið í 7-10 mínútur þar til sósan hefur þykknað. Smakkið til og bætið við meira salti eða chilidufti ef þarf. Þú getur líka bætt aðeins meira af kjúklingakrafti ef sósan verður of þykk fyrir þig. Skreytið með pico de gallo ef vill.

63. Spænskar Pinto baunir og hrísgrjón

Undirbúningstími 10 mínútur

Eldunartími 25 mínútur

Skammtar 2

HRÁEFNI

FYRIR hrísgrjónin

2 bollar grænmetissoð 475 ml

1 bolli langkorna hrísgrjón 190 grömm

1/4 tsk saffranþræðir ,17 grömm

klípa sjávarsalt

þjóta svartur pipar

FYRIR BAUNINAR

2 matskeiðar extra virgin ólífuolía 30 ml

1 lítill laukur

4 hvítlauksrif

1 gulrót

1 græn paprika

1 tsk sæt reykt spænsk paprika 2,30 grömm

1/2 tsk malað kúmen 1,25 grömm

2 1/2 bollar niðursoðnar pinto baunir 400 grömm

1 bolli grænmetiskraftur 240 ml

klípa sjávarsalt

þjóta svartur pipar

handfylli af fínt saxaðri ferskri steinselju

LEIÐBEININGAR

Bætið 2 bollum grænmetissoði í pott, klípið í 1/4 tsk saffranþráða og kryddið með sjávarsalti og nýbrotnum svörtum pipar, hitið við háan hita

Á meðan, bætið 1 bolla af langkornum hrísgrjónum í sigti og skolið undir köldu rennandi vatni, þar til vatnið rennur tært undir sigtinu

Þegar soðið er komið að suðu, bætið hrísgrjónunum út í pönnuna, blandið þeim saman og setjið lok á pönnuna, lækkið niður í vægan-miðlungshita og látið malla þar til hrísgrjónin eru soðin.

Á meðan, hitið stóra pönnu með miðlungs hita og bætið við 2 msk extra virgin ólífuolíu, eftir 2 mínútur bætið við 1 litlum fínt skornum lauk, 1 grænni papriku smátt skorinni, 1 gulrót og 4 hvítlauksrif grófhakkað, blandið grænmetinu saman við stöðugt með ólífuolíunni

Eftir 4 mínútur og grænmetið er léttsteikt, bætið við 1 tsk sætri reyktri spænskri papriku og 1/2 tsk möluðu kúmeni, blandið fljótt saman, bætið síðan 2 1/2 bolla niðursoðnum pinto baunum út í og kryddið með sjávarsalti og svörtum pipar, varlega. blandið þar til það hefur blandast vel saman, bætið síðan 1 bolla grænmetiskrafti út í og látið malla við meðalhita

Þegar hrísgrjónin eru soðin í gegn skaltu taka hrísgrjónin af hitanum, láta þau standa í 3 til 4 mínútur með lokinu á, taka síðan lokið af og fleyta hrísgrjónunum upp með gaffli og setja hrísgrjónin yfir í réttina.

Gríptu malandi baunirnar og bættu þeim í framreiðsluréttinn við hliðina á hrísgrjónunum, stráðu nýsaxaðri steinselju yfir og njóttu!

64. Einpotta hrísgrjón og baunir

Skammtar: 4 skammtar

Heildartími: 30 mínútur

HRÁEFNI

2 matskeiðar ólífuolía

1 gulur laukur, saxaður

1 ¾ bollar kjúklinga- eða grænmetiskraftur eða vatn

1 tsk salt

1 bolli langkorna hrísgrjón

15,5 aura dós af pinto baunum

Limebátar eða kóríanderlauf, til skrauts

LEIÐBEININGAR

Hitið ólífuolíuna yfir meðalhita í stórum potti eða hollenskum ofni með þéttloku loki. Bætið lauknum út í og steikið þar til hann er hálfgagnsær, um það bil 3 mínútur. Bætið soðinu út í, lokið og látið suðuna koma upp.

Bætið salti, hrísgrjónum og baunum saman við. Hrærið bara til að blanda saman, hyljið síðan.

Lækkið hitann eins lágt og hann getur farið, látið malla, ótruflaður, í 18 til 20 mínútur. Takið af hitanum og látið sitja í 4 mínútur, þá létt með gaffli.

Kryddið eftir smekk með salti og pipar, skreytið síðan með lime eða kóríander eins og þið viljið.

65. Southern Pinto baunir og hrísgrjón

Undirbúningstími: 5 mínútur

Eldunartími: 4 klst

Skammtar: 6 bollar

HRÁEFNI

1 pund þurrkaðar pinto baunir

8 bollar vatn eða seyði

2 matskeiðar salt, til að liggja í bleyti yfir nótt; borðsalt

2 matskeiðar laukduft eða 1 bolli ferskur, hægeldaður laukur

2 matskeiðar hvítlauksduft

2 bollar langkorna hrísgrjón, soðin

1 reyktur hangikjöt

salt og pipar eftir smekk

LEIÐBEININGAR

Setjið baunir í stóran hollenskan ofn með lauk og hvítlauksdufti.

Eldið við lágan hita, án loks, í 3-4 klukkustundir eða þar til mjúkt; athugaðu vökvastig oft; bæta við meira ef þörf krefur; þegar það er mjúkt skaltu smakka eftir kryddi og stilla í samræmi við það

1 pund þurrkaðar pinto baunir, 8 bollar vatn eða seyði, 2 matskeiðar laukduft, 2 matskeiðar hvítlauksduft, 1 reyktur skinku

66. Pinto baunir og hrísgrjón og pylsa

Undirbúningstími: 20 mínútur

Eldunartími: 105 mínútur

Skammtar: 6 skammtar

HRÁEFNI

1 pund þurrkaðar pinto baunir

6 bollar vatn

1 hangikjöt, eða kjötmikið afgangs skinkubein

1 meðalstór laukur, saxaður

3 hvítlauksgeirar, saxaðir

1 1/2 tsk salt

1 punda andouille reykt pylsa, eða álíka reykt pylsa, í sneiðar

14,5 aura dós af tómötum, skornir í teninga

4 aura dós af mildri grænni chile papriku

1/2 tsk rauðar piparflögur, muldar

4 bollar soðin hvít hrísgrjón, langkornuð eða fljótleg grjón, heit soðin

LEIÐBEININGAR

Kvöldið áður settu pinto baunirnar í stóra skál eða pott og hyldu með vatni að um það bil 3 tommu dýpi fyrir ofan baunirnar. Látið þær standa í 8 tíma eða yfir nótt. Tæmdu vel.

Blandaðu bleytu og tæmdu baununum saman við vatn, skinkuhögg, lauk og hvítlauk í stórum potti eða hollenskum ofni við háan hita; látið suðuna koma upp. Lokaðu og minnkaðu hitann í miðlungs; eldið baunirnar í 45 mínútur, eða þar til baunirnar eru mjúkar.

Bætið við salti, sneiðum pylsum, tómötum, mildum chile-pipar og muldum rauðum piparflögum, ef þess er óskað. Lokið, lækkið hitann í lágan og látið malla í 1 klukkustund, hrærið af og til.

Fjarlægðu hangikjötið og taktu kjötið af beininu. Rífið skinkuna niður með gaffli eða saxið. Setjið skinkuna aftur í baunablönduna.

Berið pinto baunirnar fram yfir heitum soðnum hrísgrjónum.

67. Gallopinto (Níkaragva hrísgrjón og baunir)

Undirbúningstími: 45 mínútur

Heildartími: 24 klst

Skammtar: 8 skammtar

HRÁEFNI

Fyrir baunirnar

1 (16 aura) poki þurrkaðar Pinto baunir

Salt

7 hvítlauksrif, afhýdd

Fyrir hrísgrjónin

1/4 bolli jurtaolía, skipt

1 meðalgulur laukur, smátt saxaður

1 1/2 bollar langkorna hvít hrísgrjón

3 bollar vatn eða natríumsnautt kjúklingasoð

1/2 græn paprika, kjarnhreinsuð og fræhreinsuð

LEIÐBEININGAR

Fyrir baunirnar:

Dreifið baunum út á bökunarplötu. Taktu út rusl og brotnar baunir. Settu baunir yfir í sigti og skolaðu undir köldu rennandi vatni. Settu skolaðar baunir í stóran pott og hyldu með köldu vatni; látið liggja í bleyti í 30 mínútur.

Látið suðuna koma upp við háan hita. Lækkið hitann í miðlungs og látið baunir malla í 30 mínútur. Slökkvið á hitanum, hyljið baunirnar og látið hvíla í 1 klukkustund. Látið baunir aftur sjóða við háan hita. Bætið 2 tsk salti og hvítlauk út í, minnkið hitann í miðlungs og látið malla þar til baunirnar eru mjúkar í 30 til 60 mínútur.

Fyrir hrísgrjónin:

Hitið 2 msk olíu í stórum þykkbotna potti yfir miðlungshita þar til hún ljómar. Bætið 2/3 af lauknum út í og eldið, hrærið, þar til hann er mjúkur og hálfgagnsær, um það bil 5 mínútur.

Bætið við hrísgrjónum og eldið, hrærið, þar til kornin eru glansandi og jafnhúðuð með olíu, 2 til 3 mínútur. Bætið við vatni eða seyði og 1 1/2 tsk salti, hækkið hitann í háan og látið suðuna koma upp. Setjið papriku ofan á hrísgrjón.

Sjóðið hrísgrjón án þess að hræra þar til mest af vökvanum hefur gufað upp og sjá má litlar loftbólur springa á yfirborði hrísgrjónanna. Lækkið hitann strax í lægstu stillingu, setjið lok á og eldið í 15 mínútur.

Fjarlægðu og fargaðu papriku. Fleygðu hrísgrjónum með prjónum eða gaffli, láttu síðan kólna og kældu í 1 dag.

Fyrir galopinto:

Hitið hinar 2 msk af olíu sem eftir eru í stórum potti yfir miðlungs háan hita þar til ljómar. Bætið afgangnum af lauknum út í og eldið, hrærið, þar til hann er mjúkur og hálfgagnsær, um það bil 5 mínútur.

Bætið hrísgrjónum og 2 bollum af baunum á pönnu og eldið, hrærið, þar til hrísgrjón eru jafnhúðuð. Haltu áfram að elda, hrærið, til að leyfa bragði að blandast saman og blandan að verða örlítið stökk, um það bil 10 mínútur. Lokið og eldið við lágan hita í 10 mínútur til viðbótar.

68. Baunasósa & tómatar yfir hrísgrjónum

Skammtar: 6 skammtar

HRÁEFNI

1 bolli pinto baunir, lagðar í bleyti

2 Serrano chili, fræhreinsaðir og saxaðir

½ matskeið engifer, rifið

1 hvert lárviðarlauf

¼ tsk túrmerik

4 bollar Vatn

1⅓ bolli Stock

¼ bolli Cilantro

Salt & pipar

2 matskeiðar pekanhnetur, saxaðar og ristaðar

2 matskeiðar Ólífuolía

4 tómatar, skornir í bita

1 tsk Chili duft

1 matskeið fersk marjoram

1 tsk hlynsíróp

5 bollar Vatn

1½ bolli langkorna hrísgrjón

2 gulrætur, rifnar

1 hver 3" kanilstöng

½ matskeið ólífuolía

LEIÐBEININGAR

Eldið baunir í 1½ til 2 klukkustundir þar til baunirnar eru mjúkar. Fargaðu lárviðarlaufi og

SÓSA:

Blandið tæmdum baunum, chili, engifer, lárviðarlaufi, túrmerik og vatni saman í stórum potti.

Látið suðuna koma upp, lækkið hitann, setjið lok á og eldið.

Setjið baunir, soð og kóríander í matvinnsluvél og blandið saman í þykka sósu. Kryddið, bætið pekanhnetum út í og hitið aðeins aftur.

TÓMATAR:

Blandið saman tómötum, chilidufti, marjoram og sírópi á pönnu. Kryddið með salti og pipar og steikið við vægan hita þar til tómaturinn byrjar að karamellisera, um það bil 10 mínútur. Haltu hita á lágum hita.

RÍS:

Sjóðið vatn og hrærið hrísgrjónum, gulrótum og kanil saman við. Eldið þar til hrísgrjónin eru mjúk, 10 til 12 mínútur ef notuð eru hvít hrísgrjón. Tæmið og fargið kanil og skolið stuttlega undir rennandi vatni.

Farið aftur á pönnuna og blandið með olíu.

Til að bera fram, hellið hrísgrjónum á heita diska, toppið með baunasósu og stráið tómötum yfir.

69. Cajun pinto baunir

Skammtar: 8

HRÁEFNI

1 hver Lítill poki af pinto baunum, þveginn og tíndur í gegn

¼ bolli hveiti

¼ bolli beikonfeiti

1 stór laukur, saxaður

6 hvítlauksgeirar, saxaðir

½ bolli Sellerí, saxað

1 hvert lárviðarlauf

¼ bolli Chili duft

2 matskeiðar malað kúmen

1 dós tómatar með chili

Salt eftir smekk

2 pund skinkuhögg eða salt svínakjöt

Hakkað kóríander

2 bollar langkorna hrísgrjón, soðin

LEIÐBEININGAR

Tíndu í gegnum pinto baunir og þvoðu. Leggið 1 lítinn poka af pinto baunum í bleyti yfir nótt í köldu vatni og 1 matskeið af matarsóda. Skolið baunir og eldið í 1 klst. Skiptið um vatnið og bætið aftur við 1 matskeið af matarsóda. Eldið í aðra eða tvo klukkutíma og skiptið um vatnið í síðasta sinn, bætið matarsóda út í og eldið þar til það er tilbúið.

Steikið ¼ bolli af hveiti og ¼ bolli beikonfeiti í dökku rouxnum.

Bætið við og hrærið eftirfarandi þar til það er visnað: 1 stór saxaður laukur, 5 eða 6 hvítlauksgeirar saxaðir, ½ bolli saxað sellerí, 1 lárviðarlauf og kóríander.

Bætið chilidufti, kúmeni og tómötum saman við chili og salti eftir smekk.

Má elda með hangikjöti eða salti svínakjöti.

Notkun þessa roux bætir sannarlega frábæru bragði við pinto baunir.

Berið fram með langkornum hrísgrjónum.

70. Hrísgrjón og baunir með osti

Skammtar: 5

HRÁEFNI

1⅓ bolli vatn

1 bolli rifnar gulrætur

1 tsk instant kjúklingabaunir

¼ tsk Salt

15 aura Can Pinto baunir, tæmd

8 aura Plain lo-feit jógúrt

½ bolli rifinn lágfitu Cheddar ostur

⅔ bolli langkorna hrísgrjón

½ bolli niðurskorinn grænn laukur

½ tsk malað kóríander

1 tsk heit piparsósa

1 bolli fituskertur kotasæla

1 msk niðurskorin fersk steinselja

LEIÐBEININGAR

Í stórum potti blandið saman vatni, hrísgrjónum, gulrótum, grænum lauk, skál, kóríander, salti og heitri piparsósu á flöskum.

Látið suðu koma upp; draga úr hita. Lokið og látið malla í 15 mínútur eða þar til hrísgrjónin eru mjúk og vatnið frásogast.

Hrærið pinto eða navy baunum, kotasælu, jógúrt og steinselju saman við.

Setjið með skeið í 10x6x2" eldfast mót.

Bakið, þakið, í 350 gráður F. ofni í 20-25 mínútur eða þar til það er hitað í gegn. Stráið cheddar osti yfir. Bakið, án loks, í 3-5 mínútur í viðbót eða þar til osturinn bráðnar.

71. Pinto baunir og saffran hrísgrjón

Skammtar: 4

HRÁEFNI

Baunir

3 bollar þurrkaðar pinto baunir

1/2 stafur smjör

1/3 bolli smjörfeiti

1/2 bolli sofrito

1 stór laukur skorinn í bita

3 lítrar vatn

Hrísgrjón

1-1/2 bolli langkorna hrísgrjón

3 bollar kjúklingasoð

1/2 tsk saffranþræðir

1-1/2 tsk kosher salt

1/2 bolli vatn

1 matskeið smjör

Edik heit piparsósa

LEIÐBEININGAR

Þvoðu baunirnar og fjarlægðu alla aðskotahluti eins og steina og slæmar baunir.

Skerið laukinn í teninga.

Bætið lauknum, baunum, sofrito, vatni og smjöri út í.

Látið hitna í 4 mínútur og bætið smjörfeiti út í.

Lokið og látið sjóða í 15 mínútur, hrærið, lokið aftur og minnkið hitann um helming. Eldið þar til baunirnar eru mjúkar og bætið síðan við salti.

Bræðið smjörið og bætið hrísgrjónunum út í. Hrærið vel og bætið við saffraninu, seyði og vatni.

Sjóðið hrísgrjónin og hrærið af og til, en þegar vökvinn hefur frásogast lokið og takið það af hitanum, ekki truflað í 20 mínútur.

Berið fram með baununum yfir hrísgrjónunum. Bætið við ediki og heitri piparsósu.

72. Taco Krydd hrísgrjón með pinto baunum

Skammtar: 6 skammtar

HRÁEFNI

2 bollar Vatn

8 aura af tómatsósu

1 pakki taco kryddblanda

1 bolli maís

½ bolli grœn pipar - saxaður

½ tsk Oregano

⅛ teskeið Hvítlauksduft

1 bolli langkorna hrísgrjón

16 aura Pinto baunir, niðursoðnar

LEIÐBEININGAR

Blandið öllu hráefninu saman í meðalstórum potti, nema hrísgrjónum og baunum.

Látið suðuna koma upp við meðalhita. Hrærið hrísgrjónum og baunum saman við.

Þegar blandan sýður aftur, hrærið, lækkið hitann í miðlungs lágan, lokið á og látið malla þar til mestur vökvinn hefur soðið upp, 45 mínútur til 1 klukkustund.

Takið af hitanum og setjið til hliðar þakið í 5 mínútur.

Blandið vel saman.

73. Indversk grasker hrísgrjón og baunir

Skammtar: 8

HRÁEFNI

1 matskeið Canola olía

1 meðalstór gulur laukur; hakkað

2 hvítlauksrif; hakkað

2 bollar Grasker teningur

2 tsk karrýduft

½ tsk Svartur pipar

½ tsk Salt

¼ teskeið Malaður negull

1½ bolli langkorna hvít hrísgrjón

1 bolli Grófsaxað grænkál eða spínat

15 aura soðnar pinto baunir; tæmd og skoluð

LEIÐBEININGAR

Hitið olíuna í stórum potti yfir meðalhita.

Bætið lauknum og hvítlauknum út í og eldið, hrærið í, í 5 mínútur þar til laukurinn er hálfgagnsær. Hrærið graskerinu, karrýinu, piparnum, salti og negul saman við og eldið í 1 mínútu í viðbót.

Bætið 3 bollum af vatni og hrísgrjónum út í, setjið lok á og látið sjóða. Eldið við miðlungs lágan hita í um það bil 15 mínútur.

Hrærið grænkálinu og baununum saman við og eldið í um það bil 5 mínútur í viðbót.

Fluttu hrísgrjónunum og slökktu á hitanum. Látið standa í 10 til 15 mínútur áður en borið er fram.

74. Mexíkóskar kúrekabaunir

Skammtar: 6

HRÁEFNI

½ pund Pinto baunir, þurrkaðar
1 Laukur, hvítur, stór
3 hvítlauksrif, pressuð
2 greinar Cilantro
¼ bolli grænmetiskraftur eða vatn
6 únsur. Vegan chorizo
2 Serrano chili, hakkað
1 tómatur, stór, skorinn í teninga

LEIÐBEININGAR

Leggið baunir í bleyti í vatni yfir nótt.
Daginn eftir skaltu sigta þau og setja í stóran pott. Hellið nægu vatni í pottinn til að fylla ¾ af leiðinni.
Skerið laukinn í tvennt. Setjið ½ laukinn, kóríandergreinarnar og 3 hvítlauksrif í pottinn með baununum. Geymið hinn helminginn af lauknum.
Látið vatn sjóða og látið baunir sjóða þar til þær eru næstum mjúkar, um það bil 1 ½ klukkustund.
Á meðan baunirnar eru að eldast hitið stóra suðupönnu að meðalháum hita. Bætið kórízói út í og steikið þar til það er aðeins brúnt í um 4 mínútur. Skerið hinn helminginn af lauknum í teninga á meðan chorizo er eldað.
Takið chorizo af pönnunni og setjið til hliðar. Bætið ¼ bolla af vatni, hægelduðum lauk og Serrano papriku í sautépönnuna.
Sveitið lauk og chili þar til mjúkt og hálfgagnsært í um 4 - 5 mínútur. Bætið tómötum út í og látið malla í 7-8 mínútur í viðbót eða þar til tómaturinn hefur brotnað niður og sleppt öllum safa.

Bætið þessari blöndu og chorizo í pottinn með baunum og látið malla í 20 mínútur í viðbót eða þar til baunir eru alveg mjúkar. Kryddið eftir smekk með salti og pipar.
Áður en borið er fram skaltu fjarlægja hálfan lauk, kóríanderkvist og hvítlauksrif úr baununum. Kryddið með salti og pipar

75. Karíbahafshátíð

HRÁEFNI

SKÍKJA JACKFRUIT

3 dósir af Young Jack Fruit í saltlegi, tæmdar og skornar í teninga
1 matskeið Kókosolía
3 vorlaukar, fínt skornir
3 hvítlauksgeirar, saxaðir
1/2 Scotch Bonnet Chili
Engiferbiti á stærð við þumal, saxað
1 gulur pipar, fræhreinsaður og skorinn í teninga
1 bolli/200 g niðursoðnar pinto baunir
1 msk All Spice
2 tsk malaður kanill
3 matskeiðar sojasósa
5 matskeiðar tómatpuré
4 matskeiðar kókossykur
1 bolli/240ml ananassafi
Safi 1 lime
1 matskeið fersk timjanblöð
2 tsk sjávarsalt
1 tsk klikkaður svartur pipar

Hrísgrjón og ertur

1 dós nýrnabaunir, vökvi frátekinn
1 dós Kókosmjólk
3 matskeiðar Ferskt timjan

Klípa sjávarsalt og svartan pipar
1 & 1/2 bollar/340 g langkorna hrísgrjón, skoluð
Grænmetiskraftur, ef þarf.

STEIKIN PLANTÍNA

2 Veggbreið, afhýdd og skorin í cm diska
2 matskeiðar Vita Coca Kókosolía
2 matskeiðar kókossykur
Klípa Salt & Pipar

MANGÓ SALAT

1/2 ferskt mangó, afhýtt og skorið í teninga
1 tsk ferskt chili, fínt saxað
Handfylli af ferskum kóríander
Safi úr hálfri lime
Ferskt blandað salat

LEIÐBEININGAR

Settu fyrst stórt eldfast mót eða steikarpönnu yfir meðalhita. Bætið kókosolíu út í og síðan lauk, hvítlauk, engifer, chili og gulan pipar. Leyfðu blöndunni að mýkjast í 3 mínútur áður en kryddinu er bætt út í og eldað í 2 mínútur í viðbót. Bætið við smá kryddi.

Bætið jackfruit á pönnuna og hrærið vel, eldið blönduna í 3-4 mínútur.

Næst skaltu bæta við kókossykrinum og baununum. Haltu áfram að hræra og bætið svo sojasósunni, tómatmaukinu og ananassafanum út í. Lækkið hitann og bætið límónusafanum út í ásamt smá söxuðum ferskum timjanlaufum.

Setjið lokið á og leyfið ávöxtunum að malla í um 12-15 mínútur. Fyrir hrísgrjónin, bætið hráefninu í pott og setjið lokið á. settu pönnuna yfir lágan hita og leyfðu hrísgrjónunum að draga í sig allan vökvann þar til þau eru létt og loftkennd. þetta ætti að taka 10-12 mínútur. ef hrísgrjónin þín verða of þurr áður en þau eru soðin skaltu bæta við vatni eða grænmetiskrafti.

næst á eftir, er plantain. Forhitið steikarpönnu við miðlungshita og bætið kókosolíu út í, bætið við kókosolíuna þegar hún er heit, bætið við laufabátunum og steikið á báðum hliðum í 3-4 mínútur þar til þær eru karamellusettar og gullnar. kryddið með kókossykri, salti og pipar.

Fyrir salatið skaltu einfaldlega blanda öllum hráefnunum saman í litla hrærivélaskál.

þjóna öllu saman, njóta.

76. Jamaíkóskt jekkávöxtur og baunir með hrísgrjónum

Undirbúningstími: 10 mínútur

Eldunartími: 25 mínútur

Skammtar: 2

HRÁEFNI

1 laukur

2 hvítlauksrif

1 chili

2 vínrótatómatar

2 tsk Jamaican jerk krydd

400 g dós af nýrnabaunum

400 g dós af jackfruit

200ml kókosmjólk

150 g hvít langkorna hrísgrjón

50 g barnablaðspínat

Sjó salt

Nýmalaður pipar

1 matskeið ólífuolía

300ml sjóðandi vatn

LEIÐBEININGAR

Afhýðið og saxið laukinn smátt. Afhýðið og rífið hvítlauksrifið. Haldið chili, fletjið fræin og himnuna út fyrir minni hita og saxið smátt. Saxið tómatana gróft.

Hellið 1 matskeið af olíu á stóra pönnu og hitið að meðalhita. Rennið lauknum og dágóðri klípu af salti og pipar út í. Steikið í 4-5 mínútur, hrærið af og til, þar til það er mjúkt og aðeins litað. Hrærið hvítlauknum, chili og 2 tsk Jamaican jerk kryddi út í og steikið áfram í 2 mínútur í viðbót

Hellið söxuðum tómötum á pönnuna. Tæmið nýrnabaunirnar og jackfruit og bætið þeim á pönnuna. Hellið kókosmjólkinni út í. Blandið vel saman og látið suðuna koma upp, hyljið síðan að hluta til með loki og látið malla rólega í 20 mínútur Meðan á eldunartímanum stendur, notið tréskeið af og til til að brjóta jackfruit bitana aðeins upp.

Hellið hrísgrjónunum í sigti og skolið vel undir köldu vatni. Hellið í litla pönnu og bætið við 300ml sjóðandi vatni og klípu af salti. Setjið lok á og látið suðuna koma upp, snúið síðan til hægri niður og látið malla mjög varlega í 8 mínútur þar til allt vatnið hefur verið frásogast. Takið hrísgrjónin af hitanum og látið gufa á pönnunni, lokuð, í 10 mínútur

Hrærið spínatinu í jackfruit og baunirnar þar til það er visnað. Smakkið af sósunni og bætið meira salti við ef þarf.

Hellið hrísgrjónunum í nokkrar djúpar skálar og toppið með rausnarlegum sleifum af jackfruit karrýinu og berið fram.

77. Rice Pilaf með baunum, ávöxtum og hnetum

Undirbúningstími: 10 mínútur

Eldunartími: 45 mínútur

HRÁEFNI

1 1/2 bollar langkorna hrísgrjón

1 matskeið hlutlaus jurtaolía

1 meðalstór laukur, smátt saxaður

1 til 2 litlar ferskar heitar chilipipar, skornar í sneiðar

2/3 bolli rúsínur eða þurrkuð trönuber, eða samsetning

1/3 bolli soðnar pinto baunir

1/3 bolli fínt saxaðar þurrkaðar aprikósur

1/4 tsk túrmerik

1/2 tsk kanill

1/4 tsk malaður eða ferskur múskat

1/2 tsk þurrkuð basil

1/4 bolli appelsínusafi

2 tsk agave nektar

1 til 2 matskeiðar sítrónu eða lime safi, eftir smekk

1/2 bolli ristaðar kasjúhnetur

Salt og nýmalaður pipar eftir smekk

LEIÐBEININGAR

Blandið hrísgrjónunum saman við 4 bolla af vatni í potti. Látið suðuna koma rólega upp, lækkið hitann, lokið á og látið malla varlega í 30 mínútur, eða þar til vatnið er frásogast.

Þegar hrísgrjónin eru tilbúin skaltu hita olíuna á stórri pönnu. Bætið lauknum og chilipiparnum út í og steikið við meðalhita þar til hann er gullinn.

Hrærið hrísgrjónunum saman við og allt sem eftir er nema hnetunum, salti og pipar. eldið við lágan hita, hrærið oft, í um það bil 8 til 10 mínútur, leyfið bragðinu að blandast saman.

Hrærið hnetunum saman við, kryddið með salti og pipar og berið fram.

78. Baunir og hrísgrjón cha cha cha skál

Skammtar: 6

HRÁEFNI

2 matskeiðar Ólífuolía

2 hvítlauksgeirar, saxaðir

1 bolli niðurskorinn laukur

1 bolli afhýtt, sneið sellerí

1 bolli sneiðar gulrætur

1 tsk Chili duft

¼ bolli niðursoðinn grænn chili í teningum

1 pund af pinto baunum

2 bollar soðnar svartar baunir

¼ Laukur, skorinn í gróft sneiðar

1 Fita 263 hitaeiningar

2 bollar sneiddir sveppir

½ bolli Reserve baunakraftur

2 matskeiðar saxað kóríander

Salt og pipar eftir smekk

3 bollar soðin langkornin hrísgrjón

1 matskeið sítrónusafi

2 tsk salt eða eftir smekk

HRÁEFNI

Hitið ólífuolíu í stórum djúpum potti og steikið hvítlauk, lauk, sellerí, gulrætur og chiliduft þar til laukurinn er hálfgagnsær.

Bætið chili og sveppum út í og steikið í 5 mínútur í viðbót.

Hrærið baunum, baunakrafti og kóríander saman við. Kryddið eftir smekk.

Lokið og látið malla við vægan hita í um það bil 10 mínútur, hrærið af og til.

Berið fram yfir hrísgrjónum.

79. Næpa hrærð með baunum

Undirbúningstími: 10 mínútur

Eldunartími: 20 mínútur

Skammtar: 2 manns

HRÁEFNI

1 matskeið ólífuolía

2 fjólubláar topprófur - skrúbbaðar, snyrtar og skornar í teninga

3 bollar spínat

1 15,5 únsur. dós pinto baunir - tæmd og skoluð

1 msk ferskt engifer - smátt saxað

2 hvítlauksgeirar - pressaðir eða saxaðir

1 matskeið hunang

1 matskeið hrísgrjónaedik

2 matskeiðar sojasósa með minni natríum

1 bolli langkorna hrísgrjón - soðin, til framreiðslu

LEIÐBEININGAR

Ef þú þarft að útbúa hrísgrjón eða heilkorn fyrir máltíðina skaltu byrja á því áður en þú gerir hrærið.

Hitið ólífuolíu á stórri pönnu yfir miðlungshita. Bætið rófum út í og eldið, hrærið/fletið öðru hverju, í 8-12 mínútur eða þar til þær eru ljósbrúnar og mjúkar.

Á meðan rófur eru að elda, þeytið engifer, hvítlauk, hunang, hrísgrjónaedik og sojasósu saman í lítilli skál. Bætið spínatinu, baununum og sósunni á pönnuna. Eldið í 4-6 mínútur, eða þar til spínatið er visnað og hrærið er hitað í gegn.

Berið fram heitt yfir hrísgrjónum.

80. Hrísgrjón með lambakjöti, dilli og baunum

Skammtar: 8 skammtar

HRÁEFNI

2 matskeiðar Smjör

1 meðalstór laukur; skrældar og skornar í 1/4 tommu þykkar sneiðar

3 pund Beinlaus lambaöxl, í teningum

3 bollar Vatn

1 matskeið salt

2 bollar ósoðin langkorna hvít hrísgrjón, lögð í bleyti og tæmd

4 bollar Dill, ferskt; fínt skorið

2 tíu oz. Pinto baunir

8 matskeiðar smjör; bráðnað

$\frac{1}{4}$ tsk Saffran þræðir; mulið og leyst upp í 1 matskeið. volgt vatn

LEIÐBEININGAR

Bræðið 2 matskeiðar af smjöri við vægan hita í þungri 3 til 4 lítra potti, með þéttlokandi loki.

Þegar froðan er farin að minnka, bætið við lauknum og hrærið oft í og eldið í um það bil 10 mínútur, eða þar til sneiðarnar eru orðnar ríkulega brúnar. Færðu þær yfir á disk með sleif.

Hálfan tylft bita eða svo í einu, brúnið lambakeningana í fitunni sem er eftir í pottinum, snúið þeim við með töng eða skeið og stillið hitann þannig að þeir litist djúpt og jafnt án þess að brenna. Þegar þeir brúnast, flytjið lambakjötsbitana yfir á diskinn með lauknum.

Hellið 3 bollunum af vatni í pottinn og látið suðuna koma upp við háan hita, á meðan skafið í brúnu agnirnar sem loða við botninn og hliðarnar á pönnunni. Setjið lambið og laukinn aftur í pottinn, bætið salti við og lækkið hitann.

Lokið vel og látið malla í um 1 klukkustund og 15 mínútur, eða þar til lambið er meyrt og sýnir enga mótstöðu þegar það er stungið í það með oddinum á litlum, beittum hníf. Færið lambið, laukinn og allan matreiðsluvökvann í stóra skál og setjið pottinn til hliðar.

Hitið ofninn í 350 gráður. Láttu 6 bolla af vatni sjóða í 5 til 6 lítra potti. Hellið hrísgrjónunum út í í hægum, þunnum straumi svo vatnið hætti ekki að sjóða. Hrærið einu sinni eða tvisvar, sjóðið rösklega í 5 mínútur, takið svo pönnuna af hellunni, hrærið dilli og baunum saman við og látið renna af í fínu sigti.

Hellið um helmingnum af hrísgrjónablöndunni í pottinn og vætið hana með «bolla af lambakjötsvökvanum. Dreifið síðan hrísgrjónablöndunni út á brúnirnar á pönnunni með spaða eða skeið.

Setjið lambakjötið og laukinn aftur í pottinn með sleif og sléttið yfir hrísgrjónin.

Dreifið síðan hrísgrjónablöndunni sem eftir er ofan á. Blandið 2 msk af bræddu smjöri saman við 6 msk af lambakjötssoðinu og hellið því yfir hrísgrjónin. Látið suðuna koma upp í pottinum við háan hita.

Lokið vel og bakið í miðjum ofni í 30 til 40 mínútur, eða þar til baunirnar eru mjúkar og hrísgrjónin hafa gleypt allan vökvann í pottinum.

Til að bera fram, setjið um bolla af hrísgrjónablöndunni í litla skál, bætið uppleystu saffraninu út í og hrærið þar til hrísgrjónin eru skærgul.

Dreifið um helmingnum af hrísgrjónunum sem eftir eru á heitt fat og raðið lambinu yfir. Hyljið lambið með restinni af hrísgrjónablöndunni og skreytið það með saffran hrísgrjónum. Hellið hinum 6 matskeiðum af bræddu smjöri yfir toppinn.

81. Ostandi Pinto baunir

Undirbúningstími: 10 mínútur

Eldunartími: 10 mínútur

Skammtar: 4

HRÁEFNI

2 hvítlauksgeirar

1 jalapenó

1 matskeið matarolía

2 15oz. dósir pinto baunir

1/4 tsk reykt paprika

1/4 tsk malað kúmen

1/8 tsk nýmalaður svartur pipar

2 sneiðar af heitri sósu

1/2 bolli rifinn cheddar ostur

2 skammtar af langkornum hrísgrjónum, soðin

LEIÐBEININGAR

Saxið hvítlaukinn og saxið jalapeño smátt.

Bætið hvítlauk, jalapeño og matarolíu í pott. Steikið hvítlaukinn og jalapeño við meðalhita í um eina mínútu, eða bara þar til hvítlaukurinn er mjög ilmandi.

Bætið einni dós af pinto baunum í blandara, með vökvanum í dósinni, og maukið þar til það er slétt.

Bætið maukuðu baununum og annarri dósinni af baunum í pottinn ásamt hvítlauknum og jalapeño. Hrærið til að blanda saman.

Kryddið baunirnar með reyktri papriku, kúmeni, pipar og heitri sósu. Hrærið til að blanda saman, hitið síðan í gegn yfir meðallagi, hrærið af og til.

Bætið að lokum rifnum cheddar út í og hrærið þar til það hefur bráðnað mjúklega inn í baunirnar. Smakkaðu baunirnar og stilltu kryddið að þínum óskum. Berið fram yfir hrísgrjónum eða með uppáhalds máltíðinni þinni.

82. Hrísgrjón og baunir með basil pestó

Skammtar: 4 skammtar

HRÁEFNI

Matreiðslusprey fyrir grænmeti

1 bolli Saxaður laukur

1 bolli ósoðin langkorna hrísgrjón

$13\frac{3}{4}$ aura dós af kjúklingasoði án salts

1 bolli Saxaður óafhýddur tómatur

$\frac{1}{4}$ bolli Commercial pestó basil sósa

16 aura af pinto baunum

LEIÐBEININGAR

Húðaðu stóra pönnu með eldunarúða og settu yfir miðlungsháan hita þar til hún er heit.

Bæta við lauk; steikið í 2 mínútur. Bætið við hrísgrjónum og seyði; látið suðuna koma upp.

Lækkið hitann og látið malla, án loks, í 15 mínútur eða þar til hrísgrjónin eru tilbúin og vökvi frásogast.

Hrærið tómötum, pestósósu og baunum saman við; eldið í 2 mínútur eða þar til það er vel hitað.

83. Flanksteik með baunum og hrísgrjónum

Skammtar: 6 skammtar

HRÁEFNI

1½ pund flanksteik

3 matskeiðar jurtaolía

2 lárviðarlauf

5 bollar nautakraftur

4 matskeiðar Ólífuolía

2 laukur; hakkað

6 hvítlauksrif; hakkað

1 matskeið þurrkað oregano

1 matskeið malað kúmen

2 tómatar; fræhreinsaður, saxaður

Salt; að smakka

Nýmalaður svartur pipar; að smakka

Pinto baunir

Soðin langkorna hvít hrísgrjón

2 matskeiðar jurtaolía

6 egg

LEIÐBEININGAR

Kryddið steik með salti og pipar. Hitið jurtaolíu í þungri stórri pönnu yfir háum hita. Bætið steikinni út í og eldið þar til hún er brún á öllum hliðum. Bætið við lárviðarlaufi og soði.

Lækkið hitann og látið malla þar til steikin er mjög mjúk, snúið öðru hverju í um 2 klukkustundir.

Takið af hitanum og leyfið kjötinu að kólna í soðinu. Takið kjötið úr soðinu og rífið það í sundur. Geymdu 1 bolla af eldunarvökva; geymdu afganginn af eldunarvökvanum til annarra nota. Hitið ólífuolíu í þungri stórri pönnu yfir meðalháum hita. Bætið lauknum út í og steikið þar til hann er gullinn.

Bætið hvítlauk, oregano, kúmeni út í og steikið þar til ilmandi. Bætið tómötum út í og haltu áfram að elda þar til mestur vökvinn gufar upp.

Bætið við rifnu kjöti og 1 bolla af fráteknum eldunarvökva. Kryddið eftir smekk með salti og pipar. Raðið nautakjöti, hrísgrjónum og baunum á rétthyrnt fat í þrjár raðir með hrísgrjónunum í miðjunni.

Hitið jurtaolíu í þungri stórri pönnu yfir miðlungshita. Brjótið egg í pönnu. Steikið þar til mjúkt stífnað. Berið fram ofan á baunir, kjöt og hrísgrjón.

84. Afrísk hrísgrjón og baunir

Undirbúningstími: 15 mínútur

Eldunartími: 35 mínútur

Skammtar: 6

HRÁEFNI

½ bolli rauð/lófa/ eða rapsolía

2-3 hvítlauksgeirar saxaðir

1 meðalstór laukur skorinn í bita

1 matskeið reykt paprika

1 tsk þurrkað timjan

½ skoskur bonnet pipar eða ½ tsk cayenne pipar

4 tómatar skornir í teninga

2 bollar þvegin langkorna hrísgrjón

2 bollar af soðnum pinto baunum

4 1/2 - 5 bollar kjúklingasoð eða vatn

1 matskeið salt eða meira eftir smekk

1/4 bolli kría

1 tsk kjúklingabaunir

LEIÐBEININGAR

Hitið pott með olíu. Bætið síðan við lauk, hvítlauk, timjan, reyktri papriku og pipar, steikið í um það bil eina mínútu og bætið við tómötum. Eldið í um 5-7 mínútur.

Hrærið hrísgrjónum á pönnuna; haltu áfram að hræra í um það bil 2 mínútur.

Bætið síðan baunum út í, 4 1/2 bolla af kjúklingakrafti/vatni, látið suðuna koma upp, minnkið hitann og látið malla þar til hrísgrjónin eru soðin, um það bil 18 mínútur eða lengur. Stilltu fyrir salt og pipar. Þú verður að hræra stundum til að koma í veg fyrir brunasár.

Berið fram heitt með kjúklingi, plokkfiski eða grænmeti

85. Tumbleweed, pinto baunir og hrísgrjónasalat

Skammtar: 6 skammtar

HRÁEFNI

¾ bolli Þurrkaðar pinto baunir

1½ bolli gróft kál eða hrokkið endíví, eða fennel toppar, skolaðir vandlega og tæmdir

1½ bolli Soðin hvít langkorna hrísgrjón

¾ bolli sólblómaolía

3 matskeiðar Rauðvínsedik með kryddjurtum

2 matskeiðar saxaður ferskur graslaukur

2 smá hvítlauksrif, afhýdd

¼ tsk Svartur pipar

⅛ teskeið Salt

Graslauksblóm til skrauts

LEIÐBEININGAR

Leggið baunirnar í bleyti yfir nótt í vatni til að hylja þær. Á morgnana skaltu tæma baunirnar, skola þær undir köldu rennandi vatni og setja þær í pott með fersku vatni til að hylja.

Látið suðuna koma upp við háan hita, lækkið síðan hitann og látið malla í nokkrar klukkustundir þar til baunirnar eru orðnar mjúkar og hýðið byrjað að klofna.

Bætið við vatni þegar nauðsyn krefur til að baunirnar þorni ekki og hrærið af og til til að koma í veg fyrir að þær brenni og festist. Takið af hellunni, hellið af og látið kólna.

Í skál, blandið saman grænmetinu, baununum og hrísgrjónunum. Lokið og kælið í kæli í að minnsta kosti 30 mínútur.

Blandið saman olíu, ediki, graslauk, hvítlauk, pipar og salti í blandara. Blandið saman á miklum hraða þar til graslaukur og hvítlaukurinn er fínt maukaður.

Hellið dressingunni yfir salatið, blandið og skreytið með graslauk.

86. Pinto baunir, hrísgrjón og grænmetissalat

Undirbúningstími: 15 mínútur

Eldunartími: 15 mínútur

Skammtar: 4

HRÁEFNI

2 bollar vatn

1 bolli ósoðin langkorna hrísgrjón

15 aura dós af pinto baunum, skoluð og tæmd

1 rauð paprika

1 gul paprika

5 grænir laukar

¼ bolli ólífuolía

¼ bolli eplaedik

1 matskeið Dijon sinnep

1 tsk malað kúmen

1 stór hvítlauksgeiri

¾ teskeið kosher salt

¼ tsk nýmalaður svartur pipar

LEIÐBEININGAR

Hellið 2 bollum af vatni í meðalstóran pott. Látið suðuna koma upp, bætið svo ósoðnu hrísgrjónunum út í, hrærið saman og látið suðuna koma upp aftur. Lokið pönnunni og lækkið hitann eins lágt og hægt er.

Látið malla án þess að opna lokið í 15 mínútur þar til hrísgrjónin eru mjúk og vatnið frásogast.

Saxið paprikuna smátt. Skerið græna laukinn þunnt. Saxið hvítlaukinn.

Blandið saman soðnu hrísgrjónunum, baununum, saxaðri rauðri og gulri papriku og skál í stórri blöndunarskál og blandið saman.

Blandið saman ólífuolíu, eplaediki, sinnepi, kúmeni, hvítlauk, salti og svörtum pipar í lítilli skál eða mælibolla, þeytið vandlega til að blanda saman og hellið síðan yfir hrísgrjónablönduna.

Kasta varlega til að húða, þá annaðhvort bera fram strax eða geymt í kæli í allt að 3 daga.

87. Edamame og Pinto baunasalat

Undirbúningstími: 30 mínútur

Eldunartími: 10 mínútur

DÓTTUR: 6

HRÁEFNI

FYRIR KLÆÐINU

1/2 bolli eplasafi edik

1/4 bolli ólífuolía

1 1/2 tsk kúmen

1 tsk ferskur hakkaður hvítlaukur

Salt og pipar eftir smekk

FYRIR SALATIÐ

3 bollar soðin langkorna hrísgrjón, kæld

2 bollar edamame baunir

1 únsa. dós pinto baunir

3/4 bolli fínt skorin rauð paprika

3/4 bolli ferskt kóríander gróft saxað

Salt og pipar eftir smekk

LEIÐBEININGAR

Blandið saman ólífuolíu, ediki, hvítlauk og kúmeni í skál með þeytara. Þeytið þar til það hefur blandast vel saman, smakkið til og kryddið með salti og pipar. Setja til hliðar.

Í sérstakri stórri skál, bætið soðnum hrísgrjónum, edamame baunum, söxuðum pipar og pinto baunum saman við.

Blandið saman og kryddið með salti og pipar. Bætið söxuðu kóríander út í.

Ekki bæta dressingunni við rétt áður en hún er borin fram. Bætið um helmingnum í fyrstu og smakkið til.

Blandið vel saman og berið fram í stórri skál, skreytt með fleiri kóríanderlaufum.

88. Hrísgrjóna- og baunasalat með hakkaðri crudité

Skammtar: 4

HRÁEFNI

1¼ bolli soðin langkorna hrísgrjón

1 bolli soðnar pinto baunir -- skolaðar og tæmdar

2 matskeiðar saxaðar pekanhnetur - ristaðar

2 matskeiðar söxuð rauð paprika

2 matskeiðar saxaður rauðlaukur

3 matskeiðar hakkað ferskt kóríander

3 matskeiðar Grænn chilipipar, skorinn í teninga

⅓ bolli Gulrætur - hakkaðar

⅓ bolli Spergilkál blóma - hakkað

⅓ bolli Blómkálsblóm, hakkað

Salt og pipar - nýmalað

2 bollar Iceberg salat -- rifið niður

3 matskeiðar fitulaust ítalskt salat

LEIÐBEININGAR

Eldið pinto baunir, með skreytingu af sellerístöngli, gulrótarbita og fennelstöngli. Skolaðu, tæmdu, kældu.

Um það bil tveimur til þremur klukkustundum áður en borið er fram skaltu sameina kældu hrísgrjónin og baunirnar í stórri blöndunarskál. Afhýðið gulrót og skerið hana í 1 tommu bita.

Saxið smátt í matvinnsluvél ásamt 5 til 6 spergilkálsblómum og blómkálsblómum. Bætið við skálina og hrærið.

Þurrsteikið pekanhneturnar í um það bil 4 mínútur við meðalhita. Takið af hitanum. Látið kólna og bætið svo við salatið.

Saxið laukinn, rauða paprikuna og fersk kóríanderlaufin með höndunum. Saxið niðursoðinn chilipipar.

Bætið við salatið og hrærið vel. Smakkið til og kryddið með salti og pipar. Kasta vel.

Bætið við 3 matskeiðum af salatsósu. Kasta. Slappaðu af. Berið fram á beði af þunnt rifnu salati.

89. Baun og hrísgrjón Gumbo

Undirbúningstími 5 mínútur

Eldunartími 20 mínútur

Skammtar: 4

HRÁEFNI

2 bollar kjúklingur, soðinn og skorinn í teninga

1 bolli langkorna hrísgrjón, soðin

2 15 aura dósir af pinto baunum, tæmdar

4 bollar kjúklingakraftur

2 matskeiðar Taco kryddblanda

1 bolli tómatsósa

Álegg:

Rifinn ostur

Salsa

Hakkað kóríander

Saxaður laukur

LEIÐBEININGAR

Setjið öll hráefnin í meðalstóran pott. Hrærið varlega.

Eldið við meðalhita, látið malla í um 20 mínútur, hrærið af og til.

Berið fram með áleggi.

90. Chili con Carne

HRÁEFNI

500 g nautahakk/hakk
1 Stór laukur saxaður
3 hvítlauksrif
2 (15 únsur hver) dós af söxuðum tómötum
Kreista af tómatmauki
1 tsk af chilidufti
1 tsk af möluðu kúmeni
slatti af Worcester sósu
Salt og pipar
1 Hakkað rauð paprika
15 únsa dós af tæmdum nýrnabaunum
Soðin langkorna hrísgrjón, til að bera fram

LEIÐBEININGAR

Steikið laukinn á heitri pönnu með olíu þar til hann er næstum brúnn og bætið svo söxuðum hvítlauk út í
Bætið hakkinu út í og hrærið þar til það er brúnt; tæmdu umframfitu ef þess er óskað
Bætið við öllu þurrkuðu kryddi og kryddi, lækkið hitann og bætið niðursöxuðum tómötum út í
Hrærið vel og bætið við tómatmauki og Worcestershire sósu og látið malla í um klukkutíma.
Bætið söxuðu rauðu paprikunni út í og haltu áfram að malla í 5 mínútur, bætið síðan við dósinni af tæmdum nýrnabaunum og eldið í 5 mínútur til viðbótar.
Berið fram með langkornum hrísgrjónum.

91. Vegan Rice Gumbo

Undirbúningstími: 5 mínútur

Eldunartími: 25 mínútur

Skammtar: 4

HRÁEFNI

4 stórir sellerístilkar

3 stórar gulrætur

1 meðalstór laukur

1 tsk þurrkað timjan

1 tsk þurrkuð steinselja

1 tsk hvítlauksduft

1 tsk salt

1/2 tsk möluð salvía

1 matskeið kókos amínó

4 bollar grænmetissoð

2 bollar vatn

2/3 bolli langkorna hvít hrísgrjón

1 dós af pinto baunum

LEIÐBEININGAR

Skerið eða skerið grænmetið í hæfilega bita.

Bætið stórum potti við eldavélina og kveikið á meðalhita. Spreyið botninn á pottinum með avókadóolíu eða ólífuolíuspreyi. Bæta við grænmeti.

Eldið grænmetið í 3-4 mínútur.

Eftir 3-4 mínútur skaltu bæta við kryddi, lárviðarlaufi og kókoshnetumínóum. Hrærið og eldið í 1-2 mínútur í viðbót.

Á meðan grænmetið er að eldast skaltu skola hrísgrjónin vel.

Bætið 1/2 bolla af grænmetissoði út í og skafið botn/hlið pottsins og fjarlægið brúna bita af botninum.

Bætið restinni af soðinu, vatni og hrísgrjónum í pottinn. Hrærið og lokið. Snúðu hitann upp í háan.

Þegar gumboið er komið að suðu skaltu lækka hitann í lágan og elda í 15 mínútur.

Á meðan Gumbo er að elda skaltu skola og tæma baunirnar. Og bætið þeim við Gumbo.

Rétt áður en borið er fram skaltu fjarlægja lárviðarlaufin. Berið fram heitt.

92. Baunir og hrísgrjón burritos

Skammtar: 10 skammtar

HRÁEFNI

1 dós af Pinto baunum

1 bolli langkorna hrísgrjón; eldað

½ bolli laukur; frosinn, saxaður

½ bolli paprika; frosinn, saxaður

½ bolli maís; frosinn

Chili duft; strik

Salat, saxað

1 búnt af rauðlauk; hakkað

Kúmen; strik

Hvítlauksduft; strik

¾ bolli Vatn

Salsa, olíulaust, lítið natríum

10 Tortillur, heilhveiti

1 tómatur; hakkað

LEIÐBEININGAR

Steikið frosna laukinn og grœna paprikuna í nokkrum matskeiðum af vatni á pönnu.

Tœmið og skolið baunirnar og setjið þær á pönnu og stappið með kartöflustöppu. Bœtið soðnum hrísgrjónum, maís, kryddi og vatni út í. Hitið 5 til 10 mínútur þar til mest af vatninu er frásogast, hrærið af og til.

Hitið tortillurnar hratt í forhitaðri pönnu, brauðrist eða örbylgjuofni.

Setjið línu af baunablöndu niður í miðja hverja tortillu og bœtið við teskeið af salsa og einhverju öðru áleggi eftir þörfum.

Brjóttu upp $\frac{1}{2}$ tommu á hvorri hlið, stingdu í efstu brúnina og rúllaðu í burrito. Berið fram strax, toppað með auka salsa ef vill.

93. Rice and Bean Roll-Ups

Skammtar: 6

Þviðgerðartími: 20 mínútur

Eldunartími: 55 mínútur

HRÁEFNI

1 1/2 bolli salsa

1 bolli soðin langkorna hrísgrjón

2 meðalstórir Roma tómatar, saxaðir

1 lítil paprika, skorin í 1/2 tommu bita

1 dós af pinto baunum, ótæmdar

1 dós heilkornakorn, tæmd

6 hveiti-tortillur með grænmetisbragði

1 bolli rifin mexíkósk ostablanda

LEIÐBEININGAR

Hitið ofninn í 350°F. Dreifið 1/2 bolla af salsa í ósmurt ferhyrnt eldfast mót, 13x9x2 tommur.

Blandið saman hrísgrjónum, tómötum, papriku, baunum og maís. Dreifðu um 1 bolla af hrísgrjónablöndu á hverja tortillu; rúlla upp tortillu. Settu saumhliðarnar niður á salsa í bökunarforminu.

Setjið afganginn af 1 bolla af salsa yfir tortillurnar. Stráið osti yfir.

Lokið og bakið í 30 til 35 mínútur eða þar til það er hitað í gegn og osturinn er bráðinn.

Fyrir meira krydd, notaðu nýju jalapeño- eða cilantro-bragðbætt tortillurnar sem fást í matvörubúðinni.

94. Bakaðar Pinto Bean Flautas með hrísgrjónamjöli Tortilla

Undirbúningstími: 25 mínútur

Eldunartími: 15 mínútur

Skammtar: 25 flautar

HRÁEFNI

1/2 bolli rauðlaukur

1/2 bolli hvítlaukur

2 matskeiðar avókadóolía

1 stór paprika skorin í bita

2 bollar pinto baunir

1,5 bollar kjúklingabaunir

1 dós af pinto baunum, tæmd og skoluð

1/4-1/2 bolli salsa verde

1 matskeið chiliduft

1 matskeið hvítlauksduft

1 msk kúmen

1/8 tsk cayenne pipar eða paprika

1/8 tsk oregano

salt, eftir smekk

2-3 matskeiðar ferskt saxað kóríander

2-4 bollar af uppáhalds mexíkóskum ostum þínum, rifið niður

25-30 litlar hrísgrjónamjöl tortillur

LEIÐBEININGAR

Forhitaðu ofninn þinn í 385 gráður F.

Steikið laukinn þinn í smávegis af olíu [2 matskeiðar] til að mýkjast.

Blandaðu næst papriku, baunum og salsa saman í stóra skál.

Bætið lauk við blönduna og kryddið með chiliduftti, hvítlauksdufti, kúmeni, kóríander, salti, cayenne og oregano.

Næst skaltu pakka litlum stafla af maístortillum [4-5] inn í rökt pappírshandklæði og hita í örbylgjuofn í 30 sekúndur. Fylgdu því eftir með 30 sekúndum til viðbótar.

Þegar hún hefur verið gufusuð skaltu úða eða nudda annarri hliðinni á tortillunni með olíu og bæta við þunnu lagi af grænmetisfyllingu lóðrétt meðfram miðju gagnstæða [óolíulausu] tortillunnar. Toppaðu það með lagi af osti [eins mikið eða eins lítið og þú vilt!] og rúllaðu tortillunni varlega.

ábending: gufusoðnu tortillurnar þínar munu náttúrulega byrja að krullast í kringum hvor aðra í staflanum. Þetta er algjör kostur þar sem þeir vilja náttúrulega rúlla! Þegar þú pakkar tortillunum þínum upp úr pappírshandklæðinu skaltu smyrja þá hlið sem snýr upp og setja fyllinguna á þá hlið sem er að krullast inn á við. Víóla!

Lokaðu hverri flautu með tveimur tannstönglum og settu á vírbökunar-/kæligrind. Endurtaktu þessi skref þar til þú hefur rekki fullan af flautum.

Settu þær á vírgrind á álpappírsklædda ofnplötu. Grindurinn lyftir flautunum upp og gerir þeim kleift að verða fallegar og stökkar á báðar hliðar.

Stráið fullunna vörunni ögn af, hvítlauksdufti og cayenne pipar yfir.

Bakið á miðri grind, við 385F, í um það bil 15-18 mínútur. Í lokin skaltu stilla ofninn á HIGH í rétt tæpa mínútu til að tortillurnar verði stökkar í fullkomlega gullna, stökka skel.

95. Hrísgrjón og bauna enchiladas með rauðri sósu

Skammtar: 12 skammtar

HRÁEFNI

12 9 tommu hveiti tortillur; Fitulaus

FYLLING

1 matskeið Canola olía

2 laukur; hakkað

6 hvítlauksrif; hakkað

16 aura af tómatsósu

1 matskeið Chili duft

½ tsk Rauð piparflögur; mulið

2 tsk malað kúmen

2 tsk salt

5 bollar soðin hrísgrjón

3 pund af soðnum baunum

Vatn; eftir þörfum

⅔ bolli steinhreinsaðar svartar ólífur; hakkað

8 aura skarpur cheddar ostur; rifið

½ búnt af söxuðum kóríanderlaufum

LEIÐBEININGAR

Hitið olíu á stórri steikingarlausri suðupönnu eða potti. Bætið við lauk og hvítlauk og eldið þar til það er mjúkt. Bætið við tómatsósu, chilidufti, piparflögum, kúmeni og salti. Eldið hægt, án loks, í 15 mínútur til að blanda saman bragði.

Bætið helmingnum af tómatblöndunni við soðnu baunirnar í skálinni. Hrærið til að blanda saman. Bætið soðnu hrísgrjónunum við helminginn sem eftir er af tómatblöndunni.

Forhitið ofninn í 350F.

Smyrjið létt á stórt eldfast mót. Setjið þunnt lag af rauðsósu, á botninn á bökunarforminu.

Skiptu fyllingunni á 12 vegu, settu kryddaðar baunir, krydduð hrísgrjón, saxaðar ólífur, ost og kóríander á hverja tortillu.

Rúllið þétt og setjið, saumið niður, í einu lagi í eldfast mót.

Toppið með afganginum af rauðsósu. Hyljið með smjörpappír eða vaxpappír og toppið þétt með filmu. Bakið í forhituðum ofni í 60 mínútur. Fjarlægðu filmu og pappír, stráðu 2 oz yfir. af fráteknum osti og bakið í 15 mínútur til viðbótar.

Berið fram með fersku grænu salsa.

96. Hrísgrjón og baunir Quesadillas

Heildartími: 20 mínútur

Skammtar: 4-6

HRÁEFNI

1 tsk ólífuolía-

1 bolli soðin langkorna hrísgrjón

15 aura dós af pinto baunum, tæmd og skoluð

1 tsk kúmen

1 tsk paprika

3/4 tsk hvítlauksduft

1/2 tsk laukduft

4-6 tortillur

Sharp Cheddar Rifinn ostur

LEIÐBEININGAR

Hitið stóra pönnu yfir meðalhita og bætið við ólífuolíu, hrísgrjónum, baunum og kryddi. Eldið þar til það er hitað í gegn, um það bil 3 mínútur.

Leggðu tortilluna þína á skurðarbretti og stráðu einum helmingnum með litlum handfylli af osti 1/4 – 1/3 bolli og settu síðan jafnmikið af hrísgrjónum og baunablöndu yfir.

Brjótið tortilla yfir og setjið í létt smurt form. Eldið quesadilla þar til osturinn er bráðinn og hvor hlið tortillunnar er gullinbrún, snúið einu sinni.

Látið quesadillas kólna í nokkrar mínútur áður en þær eru skornar í sneiðar.

97. Perú Tacu Tacu kaka

Heildartími: 35 mínútur

SKAMMAR: 2-4 skammtar

HRÁEFNI

FYRIR SALSA CRIOLLA

1/2 lítill rauðlaukur, þunnar sneiðar

2 matskeiðar söxuð fersk kóríanderlauf

2 matskeiðar ferskur lime safi

1/4 tsk aji Amarillo líma

1/4 tsk kosher salt

FYRIR TACU TACU

3 matskeiðar vínberja- eða safflorolía

1/2 lítill rauðlaukur, saxaður

2 hvítlauksgeirar, saxaðir

1/2 tsk kosher salt, auk meira eftir smekk

1 tsk aji Amarillo-mauk

2 bollar soðnar eða niðursoðnar pinto baunir, tæmdar og skolaðar

1 bolli köld soðin langkornin hvít hrísgrjón

1 matskeið saxuð fersk flatlauf steinseljublöð

1 matskeið saxað ferskt oregano

1 lime, skorið í báta

LEIÐBEININGAR

Búðu til salsa: Í miðlungs skál, blandaðu lauknum saman við nógu köldu vatni til að hylja, og láttu sitja í að minnsta kosti 10 mínútur og tæmdu síðan. Hellið kóríander, limesafa, aji Amarillo og salti saman við

Gerðu tacu tacu:

Í 10 tommu nonstick pönnu yfir miðlungs háum hita, hitið 1 matskeið af olíunni þar til hún ljómar. Hrærið lauknum og hvítlauknum saman við og eldið, hrærið, þar til það er léttbrúnt, 5 til 6 mínútur. Hrærið salti og aji Amarillo saman við og skafið blönduna í skál matvinnsluvélar. Þurrkaðu af pönnunni.

Bætið 1 bolla af baununum í matvinnsluvélina og maukið stuttlega þar til þær eru að mestu sléttar en samt þykkar. Skafið blönduna í stóra skál.

Bætið hinum 1 bolla af baunum, hrísgrjónunum, steinseljunni og oregano í skálina og hrærið til að blandast vel saman. Smakkið til og bætið við meira salti ef þarf.

Settu pönnuna aftur á miðlungshita og helltu 1 matskeið af olíu í viðbót. Bætið hrísgrjónum og baunum blöndunni út í og notið spaða til að dreifa henni jafnt í kringum sig og pakka því létt niður.

Eldið þar til djúpt brúnt á botninum, um 7 mínútur. Takið af hitanum, hvolfið plötu ofan á pönnuna og snúið báðum varlega til til að lenda bauna- og hrísgrjónakökunni með botninum upp á plötuna.

Settu pönnuna aftur á miðlungshita, helltu 1 matskeið af olíu sem eftir er út í og renndu kökunni aftur í pönnuna.

Eldið í 7 mínútur í viðbót, eða þar til djúpt brúnt á hinni hliðinni, hvolfið síðan plötunni og snúið pönnunni við aftur til að lenda kökunni á plötunni.

Toppið með salsa og berið fram heitt með limebátum.

98. Alkalískar plokkfiskbaunir með dumplings

Heildartími: 40 mínútur

Skammtar: 4

HRÁEFNI

1 bolli þurrkaðar pinto baunir, lagðar í bleyti yfir nótt
1 laukur, stór
1 gulrót, stór
3 hvítlauksrif
1 stöngulkál
1 tsk timjan
½ tsk kryddjurt, malað
1 matskeið alhliða krydd
salt og pipar, eftir smekk
1 skosk bonnet pipar, heil
1 bolli kókosmjólk
1 matskeið olía

HÚÐUR

1½ matskeiðar. hvítt hrísgrjónamjöl
1½ matskeiðar. bókhveiti hveiti
1 matskeið kartöflusterkja
½ msk tapíókamjöl
1 msk möndlumjöl
¼ teskeið salt
2 matskeiðar. vatn

LEIÐBEININGAR

Tæmdu bleytu baunirnar og settu þær í hraðsuðupott. Hyljið fersku vatni, um það bil tommu fyrir ofan baunirnar. Lokið og eldið í um 20 til 25 mínútur.

Á meðan, saxið laukinn, hvítlaukinn, gulrótina og rauðlaukinn og setjið þá í skál.

Í annarri skál skaltu sameina öll þurru hráefnin til að búa til dumplings. Bætið vatni smám saman út í, blandið eftir hverja hella, þar til þétt deig byrjar að myndast.

Skiptið deiginu í um 8 til 10 smærri hluta. Rúllaðu hverju stykki á milli lófa þinna í formi 3 tommu langra reipa eða á stærð við bleikfingur þinn. Setjið dumplings til hliðar á disk.

Þegar baunirnar eru soðnar skaltu leyfa hraðsuðupottinum að losa þrýstinginn áður en hann er opnaður. Þú getur keyrt pottinn undir köldu kranavatni til að hjálpa.

Takið lokið af og bætið við hakkað kryddi og afganginum af kryddi.

Bætið kókosmjólkinni og bollunum út í og látið malla við vægan hita í 10 mínútur.

Bætið kúlunum út í og eldið síðan í 5 mínútur til viðbótar þar til bollurnar eru fulleldaðar. Ef soðið er of þykkt skaltu bæta við meira vatni eftir þörfum.

Takið af hitanum. Berið fram með hrísgrjónum og gufusoðnu grænmeti eða avókadó.

99. Okra karrí

HRÁEFNI

250 g okra (dömufingur) – skorið í eins cm bita
2 matskeiðar rifinn engifer
1 matskeið sinnepsfræ
1/2 matskeið kúmenfræ
2 matskeiðar olía
Salt eftir smekk
Klípa asafetida
2-3 matskeiðar ristað hnetuduft
Kóríander lauf

LEIÐBEININGAR

Hitið olíuna og bætið sinnepsfræjunum út í. Þegar þær springa bætið við kúmeni, asafetida og engifer. Eldið í 30 sekúndur.
Bætið okrinu og salti út í og hrærið þar til það er eldað. Bætið hnetuduftinu út í, eldið í 30 sekúndur í viðbót.
Berið fram með kóríanderlaufum.

100. Grænmetis kókos karrý

HRÁEFNI

2 meðalstórar kartöflur, skornar í teninga
1 1/2 bolli blómkál – skorið í báta
3 tómatar r saxaðir í stóra bita
1 matskeið olía
1 matskeið sinnepsfræ
1 matskeið kúmenfræ
5-6 karríblöð
Klípa túrmerik – valfrjálst
1 matskeið rifinn engifer
Fersk kóríanderblöð
Salt eftir smekk
Fersk eða þurrkuð kókos – rifin

LEIÐBEININGAR

Hitið olíuna og bætið síðan sinnepsfræjunum út í. Þegar þær springa bætið við afganginum af kryddinu og eldið í 30 sekúndur. Bætið blómkálinu, tómötunum og kartöflunum ásamt smá vatni út í, setjið lok á og látið malla, hrærið af og til þar til það er soðið. Það ætti að vera smá vökvi eftir. Ef þið viljið þurrt karrý þá steikið í nokkrar mínútur þar til vatnið hefur gufað upp.
Bætið við kókos, salti og kóríanderlaufum.

●

NIÐURSTAÐA

Í árdaga New Orleans var gumbo líklega borinn fram sem fyrsti réttur máltíðar. Í dag, miðað við hraðvirkt líf okkar, telst gumbo venjulega sem forréttur á heimaborðum. Veitingastaðir eru líklegri til að fylgja gamla skólastílnum með gumbo sem forrétt.

Á tímum þrælaviðskipta var okra kynnt til New Orleans af Afríkubúum, sem flestir matvælasérfræðingar telja að hafi flutt plöntuna til syðra plantekra um Karíbahafið. Það var kallað gombo eða kingombo á bantúmálum og var ýmist soðið, steikt, gufusoðið eða súrsætt og borið fram sem bæði þykkingarefni og bragðgott hráefni sem passar vel við sjávarfang í gumbos.

Í dag fer merking „gumbo" út fyrir matreiðslu. Flest hvaða blanda sem er gæti verið kölluð gúmmí — pólitískt gúmmí, hundategund, tískuæði. Það er vinsælt nafn á dýrum; einn sérstaklega var St. Bernard og lukkudýr hinna heilögu í New Orleans á fyrstu árum þess.

Af öllum réttum sem bornir eru fram í bræðslupottinum, eða gumbo, það er suður Louisiana, hefur þessi biti, einn pottur réttur orðið samheiti yfir yfirráðasvæðið. Segðu „New Orleans," og við hugsum „matur" eða við hugsum „gúmmí".

www.ingramcontent.com/pod-product-compliance
Lightning Source LLC
Chambersburg PA
CBHW070502120526
44590CB00013B/728